பேசும் கலை வளர்ப்போம்

கலைஞர் மு. கருணாநிதி

Title: Pesum Kalai Valarppom

Author: M. Karunanidhi

Language: Tamil

First Published on: 1980

Year of Publication: 2024

Book Format: Paperback

*Page Size: 6inch * 9inch*

Category: Essays

Subject: Political Essays

No. of pages: 96

ISBN: 978-81-996243-2-0

Published by: Nilan Publishers, Madurai, Tamilnadu, India

பொருளடக்கம்

குறிப்புகளுக்காக

பதிப்புரை

டாக்டர் கலைஞர் மு. கருணாநிதி அவர்கள் எழுதிய "பேசும் கலை வளர்ப்போம்" என்ற இந்நூலைத் தமிழ் மக்களுக்குப் பெருமையுடன் தருவதில் நான் மிக்க மகிழ்ச்சி அடைகிறேன். கலைஞர் அவர்கள், ராஜாஜி அவர்களால் பாராட்டப் பெற்று முதலமைச்சராக ஆனவர்கள் என்று சொன்னால் மிகையாகாது.

பாரதி நிலையம், ராஜாஜி வழியில் வளர்ந்து வந்த ஸ்தாபனம். ஆகவே ராஜாஜியால் போற்றப்பட்ட கலைஞரின் நூலை வெளியிடுவது என்பது மகிழ்ச்சிக்குரிய விஷயம். கலைஞர் அவர்கள் "தொட்டது எல்லாம் துலங்கும்" என்பதை நான் நன்கு அறிவேன்.

கலைஞரின் நூல்களை வெளியிடவேண்டும் என்ற விருப்பம் எனக்குப் பல ஆண்டுகளாக இருந்து கொண்டிருந்தது. அதற்கு என் நண்பர் பாரி நிலையம் அதிபர் திரு. செல்லப்பன் அவர்கள் ஊக்குவித்து உறுதுணையாக இருந்தார்கள். அவர்கட்கு எங்கள் நன்றி.

அதன் பிறகு நான் கலைஞர் அவர்களைச் சந்தித்து, "உங்கள் புத்தகங்களை வெளியிட வேண்டும்" என்று என் விருப்பத்தைக் கூறிக் கேட்டபோது, எந்தவித யோசனையும் செய்யாமல்,"என் நூல்களையெல்லாம் தமிழ்க்கனி பதிப்பகத்தார் வெளியிடுகிறார்கள். அவர்களிடம் அனுமதி பெற்றுப் போட்டுக் கொள்ளுங்கள். நானும் சொல்கிறேன்" என்று மகிழ்ச்சியுடன் அனுமதி தந்தார்கள். அதன் விளைவு தான் இந்நூல் எங்கள் பதிப்பகத்தின் மூலம் வெளிவருகிறது என்பதை தெரிவித்துக்கொள்கிறேன்.

இந்நூலை வெளியிட உரிமை தந்த தமிழ்க்கனி பதிப்பகத்தார்க்கும், கலைஞர் அவர்கட்கும் எங்கள் நன்றி.

கலைஞரின் பல நூல்கள் தொடர்ந்து எங்கள் வெளியீடாக வெளிவரும் என மகிழ்ச்சியுடன் கூறி இந்நூலைத் தமிழ் மக்களுக்கு அளிக்கிறோம்.

தி.நகர்
15-7-1981

பழ. சிதம்பரம்
நிர்வாகி, பாரதி நிலையம்

பேசும் கலை வளர்ப்போம்

1

கலையை வளர்ப்போம் என்றால், கலையைக் கலைக்காக வளர்ப்போம் என்ற பொருளில் சிலர் கருத்து அறிவிப்பது ஏற்றுக் கொள்ளக் கூடியதல்ல!

"கலை என்பது கலைக்காக" என்றால், விளக்கு என்பது விளக்குக்காக என்று மட்டுமேயென விவாதிப்பது போலாகிவிடும்.

விளக்கு ஒளி தருவதற்காக!

அதைப் போலவே கலையும், சமுதாயத் துறையில் பொருளாதாரத் துறையில் - அரசியல் துறையில் - அறிவு ஒளியை, ஆராய்ச்சி ஒளியை, சிந்தனை ஒளியை, செயலாற்றும் ஒளியைத் தர வல்லதாகப் பயன்படுத்தப்பட வேண்டும்.

வீணை, யாழ், நாதசுரம் போன்ற இசைக் கருவிகளில் கலையை மட்டுமே காணுகிறோம்.

ஆனால் இராக, தாள, பாவங்களுடன் இனிய குரலில் இசைவாணர் பாடுகிறார். அவரது இசைத் திறனை வியந்து பாராட்டுகிறோம். மண்டபத்தில் உள்ள நூற்றுக் கணக்கான தலைகள், தம்மை மறந்து ஆடுகின்றன. "ஆகா! சபாஷ்!" என்று ஒலிகள் எழுப்புகின்றன.

அந்த இசை, வெறும் கலை நுணுக்கத்துடன் நின்று விடாமல் "வெண்ணிலாவும் வானும் போலே-வீரனும் கூர்வாளும்

போலே- வண்ணப் பூவும் மணமும் போலே - கன்னல் தமிழும் நானும் அல்லவோ!" என்ற பாரதிதாசனாரின் பாடலாக இருந்தால் இசையைப் பருகுகிறோம் -அத்துடன் தமிழ் இன்பத்தைப் பருகுகிறோம் – கவிஞரின் கவிதைச் சுவையைப் பருகுகிறோம் - அனைத்துக்கும் மேலாகத் தாய்மொழி உணர்வோடு கலந்துவிடுகிறோம்.

எனவே, இசைப் பாடலாயினும், கூத்தாயினும், அவை உணர்வு கலந்த கலையாக இருந்திடல் வேண்டும்.

மேடையில் பேசுவதும் ஒரு கலைதான்! இசையில், நடனத்தில், நாடகத்தில் அதற்குரியோர் ஏற்கனவே பயிற்சி பெற்று ஒத்திகை பார்த்துக் கொண்டு திரும்பத் திரும்ப அதே பாடலை, அதே ஆடலை, அதே நடிப்பை, அந்தந்த நிகழ்ச்சிகளுக்கேற்ப காட்டிட இயலும்!

ஆனால், பேச்சுக்கலை அப்படியல்ல! ஜனநாயகம் வளர்ந்து வரும் இந்த யுகத்தில் எல்லாவற்றையும் விவாதித்து முடிவுகள் மேற்கொள்ளப்படுகின்றன.

பள்ளிக்கூடங்களிலேயே பேச்சுப் போட்டிகள், பரிசளிப்புகள் என்று ஆரம்பமாகிவிடுகின்றன.

ஊராட்ச்சி மன்றங்களில் ஊருக்குத் தேவையான விஷயங்களுக்காகப் பேச வேண்டியிருக்கிறது.

நகராட்சி மன்றங்களிலும், மாநகராட்சி மன்றங்களிலும் அதே மாதிரியான தேவைகளைப் பற்றி நறுக்குத் தெறித்தாற்போல் பேச வேண்டியிருக்கிறது.

சட்டமன்ற அவைகளில் தொகுதியைப் பற்றியும், மாநிலத்துப் பிரச்சினைகளைப் பற்றியும் சுவையாகவும் விவாதிக்க வேண்டியிருக்கிறது; சூடாகவும் விவாதிக்க வேண்டியிருக்கிறது.

பாராளுமன்ற இரு அவைகளிலும் நாட்டுப் பிரச்சினை, மாநிலங்களின் பிரச்சினை, அரசியல் சட்டப் பிரச்சினை, அந்நிய நாட்டுப் பிரச்சினையென்று எத்தனையோ பிரச்சினைகளைப் பற்றிக் கனிவுடனும் பேச வேண்டியிருக்கிறது; காரசாரமாகவும் பேச வேண்டியிருக்கிறது.

கூட்டுறவு நிறுவன உறுப்பினர்களிடையே விவாதம் எழும்போது உண்மைகளை எடுத்து வைப்பது மட்டுமல்லாமல், அவற்றை வாதாடும் திறமையுடனும் நடத்திட வேண்டியிருக்கிறது.

நேர்மையான ஒருவருக்காக வழக்குமன்றத்தில் வாதாடுகிற வழக்குரைஞர் எவ்வளவு பெரிய சட்ட மேதையாக இருந்தாலும் நியாயத்தை நிலைநாட்டப் பேச் சாற்றல் தேவைப்படுகிறது.

இப்படியுள்ள பல்வேறு துறைகளைப் பற்றியும் விமர்சிக்கிற அரசியல்வாதிக்கு மேடையில் பேசிடும் கலை மிகமிகத் தேவையானது.

எல்லாத் துறைகளின் பெயர்களையும் நான் இந்தத் தொடர் கட்டுரையின் முகப்பிலேயே கோடிட்டுக் காட்டவில்லை யென்றாலும்கூட, பல்வேறு துறைகளிலும் தேவைப்படுகிற பேச்சுக்கலை குறித்து, பல செய்திகளையும் விளக்கங்களையும் அளிக்க இருக்கிறேன். அவை உங்களில் பலருக்குப் பேச்சுப் பயிற்சியை வழங்கிட உதவுமென்று

நம்புகிறேன். ஏற்கனவே பேச்சாளர்களாக இருக்கிற சிலருக்குத் தங்களின் குறைபாடுகளை நீக்கிக்கொண்டு மேலும் சிறந்த பேச்சாளராகத் திகழத் துணைபுரியும் என்றும் எதிர்பார்க்கிறேன்.

அத்தகைய நல்ல நோக்கத்துடன்தான் இந்தத் தொடர் கட்டுரை தீட்டப்படுகிறது.

குறிப்பிட்ட ஒரு இயக்கத்தைச் சேர்ந்தவர்கள் மட்டுமே பயனடைய வேண்டுமென்றல்ல; பேச்சுக் கலையில் சிறந்து விளங்கவேண்டுமென்று விரும்புகின்ற இளந் தலைமுறையினர் அனைவருமே இந்தக் கருத்துக்களைச் சிந்தித்துப் பார்த்து, ஏற்க முடிந்தவைகளை, ஏற்கக் கூடியவைகளை ஏற்றுக் கொள்ளலாம்.

"விரைந்து தொழில் கேட்கும் ஞாலம் நிரந்தினிது
சொல்லுதல் வல்லார்ப் பெறின்"

என்றார் வள்ளுவர்! கருத்துக்களை ஒழுங்காக அமைத்து இனிமையாகச் சொல்லக்கூடியவரைப் பெற்றால் அவருடைய ஏவலை உலகம், விரைந்து கேட்டு அவ்வாறு நடக்கும், என்பது இந்தக் குறளுக்குப் பொருள்.

இரண்டாயிரம் ஆண்டுகட்கு முன்பே, எண்ணத்தில் எழுகின்ற கருத்துக்கள் மட்டும் போதாது, அவற்றைச் சொல்ல வேண்டிய முறையில் சொன்னால்தான், வெற்றி கிட்டும் என்று சொல்வன்மை என்ற அதிகாரத்தையே வழங்கியுள்ளார் வள்ளுவர்!

"அம்மா அப்பா" என்று மழலை பேசத் தொடங்கி ஆங்கிலம் போன்ற மொழிகளில் பட்டம்பெற்று எண்ணற்ற சொற்களைக் கற்றவர்களாகக் கூட இருக்கலாம்!

சொற்களைத் தெரிந்து வைத்திருப்பது என்பது வேறு- அவற்றை ஆள்வது என்பது வேறு!

அந்தச் சொல்லை ஆளுவது பற்றிய சுவையான தகவல்களைத்தான் உங்களுக்கு நான் சொல்லப் போகிறேன்.

1970-ஆம் ஆண்டு மேல்நாடுகள் சுற்றுப்பயணம் மேற் கொண்டிருந்தபோது இலண்டன் மாநகரத்தில் பல பகுதிகளைப் பார்வையிடும் வாய்ப்பு கிட்டியது. "ஹைட்பார்க்" (HydePark) என்று ஒரு அழகான இடம்! அதனை ஒருசொற் பொழிவுக்களம் என்று கூடக் கூறலாம். அந்தப் பார்க்கில் இடையிடையே உள்ள பரந்த வெளிகளில் பசும் புல் தரைகளில் நூற்றுக்கணக்கில் மக்கள் வட்டமாக நின்று கொண்டிருப்பார். இவ்வாறு ஒரு இடத்தில் மட்டுமல்ல; பல இடங்களில்!

அங்கெல்லாம் ஒரு மேசை மீது, அல்லது ஒரு முக்காலி மீது, அல்லது ஏதாவது ஒரு பீடத்தின் மீது, யாராவது ஒருவர் நின்று உரத்த குரலில் பேசிக்கொண்டிருப்பார். நமது ஊர்த் தெருக்களில் வித்தை காட்டுகிறவனைச் சுற்றிக் கூட்டம் கூடியிருப்பது போல அங்கும் கூடியிருக்கும். அந்தச் சொற்பொழிவாளர்கள் அந்த இடத்தைத் தங்களின் பயிற்சிக் கூடமாகவே ஆக்கிக் கொண்டு பேசுகின்றனர். அவர்கள் அங்கே எதைப் பேசினாலும் தடையில்லை. ஆங்கிலேய அரச பரம்பரையினரைப் பற்றிக் கூட ஆசை தீரத் தாக்கிப் பேசுவார்கள். பல்வேறு நாட்டுப் பிரச்சினைகளைப் பற்றிக் கடுமையாக அலசுவார்கள்.

பார்க்கிற்கு வருகின்ற மக்களும் ஒவ்வொருவர் பேச்சாகக் கேட்டுக்கொண்டே, அன்றைய பொழுதைக் கழித்து விட்டு வீடு திரும்புவர்.

அந்தப் பார்க்கிலே பேசி இந்திய நாட்டு உரிமைகளை அந்த நாட்டு மக்களுக்கு விளக்கிய ஒரு தலைசிறந்த இந்தியப் பேச்சாளருடைய பெயர் உங்களுக்குத் தெரியுமா?

ஐ.நா. சபையில் மிக நீண்ட நேரம் பேசி, பெரிய தொரு ரிக்கார்டையே" ஏற்படுத்திய வி.கே. கிருஷ்ண மேனன் தான் அந்தப் பூங்காவிலே ஆரம்ப காலத்திலே பேசியவர்!

அவர் இலண்டன் நகரத்து "ஹைட் பார்க்"கில் நூற்றுக்கணக்கானவரை வைத்துக்கொண்டு பேசியபோது அவர் ஒரு காலத்திலே, ஐ. நா. அவையிலே புகழ்மிக்க சொற்பொழிவாளராக விளங்குவார் என்று யாராவது நினைத்திருப்பார்களா?

எதற்கும் முயற்சி வேண்டும். முயற்சி திருவினையாக்கும். முதலில் நான் எப்படிப் பேசக் கற்றுக்கொண்டேன்? அதைச் சொல்ல வேண்டாமா? மேடையில் பேசியதைத்தான் குறிப்பிடுகிறேன்; வீட்டில் பேசக் கற்றுக்கொண்டதை அல்ல!

2

அப்போது வயது எனக்கு பதினைந்து! என்னுடன் படித்த மாணவ நண்பர்கள் சிலரையும் நான் வசித்த தெருவில் உள்ள இளந்தோழர்கள் சிலரையும் சேர்த்துக் கொண்டு "சிறுவர் சீர்திருத்த சங்கம்" என்ற ஒரு அமைப்பை ஒரு ஓலைக் குடிசையில் தொடங்கினேன். அதில் காலணா கொடுத்தவர்களே உறுப்பினர்களாகச் சேர்க்கப்படுவார்கள். வாரந்தோறும் அவர்கள் சங்கத்தின் வளர்ச்சிப் பணிகளுக்காக ஒரு பைசா சந்தாக் கட்டணம் செலுத்திவிட வேண்டும்.

"நெஞ்சுக்கு நீதி" என்ற எனது வாழ்க்கை வரலாற்றுக் குறிப்புகளின் முதல் பாகத்தில் குறிப்பிட்டிருப்பது போல, ஓலைக் குடிசையில் இருந்த அந்தச் சங்கம், விரைவில்-பழுதுபட்ட ஒரு ஆஞ்சநேயர் ஆலயத்துக்கு மாற்றப் பட்டது. அதற்கு முன்பே அந்த ஓலைக் குடிசையில் ஏழெட்டு சிறுவர்களை உட்கார வைத்துக்கொண்டு சங்கத்தின் தலைவனான நான் பேசுவேன்.

சிறுவர்கள் சுகாதாரத்துடனும் ஒழுக்கத்துடனும் நடந்துகொள்ள வேண்டும். பீடி, சிகரெட் போன்ற தீய பழக்கங்களுக்கு ஆளாகக் கூடாது. தீமை தரக்கூடிய வார்த்தைகளை யாரும் பேசக் கூடாது. இதுபோன்ற அறிவுரைகளை எடுத்துச் சொல்வேன்.

அந்த ஓலைக் குடிசைக்குப் பக்கத்து வீடுதான் மறைந்த இசைமணி டி.வி. நமசிவாயத்தின் வீடு! நமசிவாயம் என் இளமைக்கால நண்பர். அவரது மாமன்கள் தான் டி. என். இராமன்- டி. என். லட்சப்பா என்ற சுயமரியாதை இயக்கத்தின் சுடர்களாக அப்போது அந்தப் பகுதியிலே விளங்கியவர்கள். அறிஞர் அண்ணா அவர்களைக் கொண்டு புரட்சிக் கவிஞர்

பாரதிதாசனுக்குப் பணமுடிப்பு வழங்கிய விழாவுக்கு முயற்சி எடுத்துக் கொண்ட டி.எம்.பார்த்தசாரதி, ஜலகண்டபுரம் கண்ணன் போன்றவர்களுடன் முன்னணியில் நின்று பாரதிதாசன் மலர் ஒன்றையும் வெளியிட்டவர்தான் என். டி. இராமன்!

அத்தகைய அரசியல் சமுதாய ஈடுபாடு கொண்டவர்களை நண்பர் நமசிவாயம் இல்லத்தில் நான் அடிக்கடி சந்திக்க நேர்ந்தது. அதன் காரணமாகப் பல புத்தகங்களையும் பத்திரிகைகளையும் காண முடிந்தது. அரசியல் தலைவர்களின் கருத்துக்களைப் படித்து உணர்ந்து கொள்ள முடிந்தது.

சட்டியில் இருந்தால்தானே அகப்பையில் வரும். இது நமது கிராமங்களில் இன்னமும் ஒலிக்கிற பழமொழி. அதைப்போல பேசுவதற்கும் ஏதாவது விஷயங்களைத் தெரிந்து வைத்திருந்தால்தானே பத்து பேர் கூட்டமென்றாலும் பேச வரும். பல தலைவர்கள் எழுதிய நூல்களைப் படிக்கும் பழக்கம் - நாளிதழ்கள் – வார - மாத இதழ்களை ஆர்வத்துடன் காத்திருந்து வாங்கிப் படிக்கும் பழக்கம் - இவைகள் என் உள்ளம் என்ற சட்டியை நிரப்பி வைத்திருந்தன. அந்த வயதில் புரிந்து கொள்ளக்கூடிய அரசியல் சமுதாயப் பிரச்சினைகளைப் புரிந்து வைத்துக் கொண்டிருந்தேன். அதனால் அந்த ஓலைக் குடிசைக் கூட்டங்களில் என்னால் நடுக்கமின்றிப் பேச முடிந்தது. அந்தத் தயாரிப்பு, நான் பயின்ற உயர்நிலைப்பள்ளியில் நடைபெற்ற மேடைப் பேச்சுப் போட்டிக்கு மிகவும் துணையாக இருந்தது.

அவை நடுக்கம் - அதாவது சபைக் கூச்சம் - அதிலிருந்து ஒருவன் மீண்டுவிட்டால், அவன் நல்ல பேச்சாளனாக வாய்ப்புப் பெற்று விட்டான் என்று கூறிவிடலாம். இன்றைக்கு மேடை அதிர முழங்குகிற பல பேச்சாளர்கள் தங்களது முதல் மேடைப் பேச்சின்போது உடலிலுள்ள நாடி

நரம்புகள் எல்லாம் அதிக வியர்வை வழிந்தோட - நாக் குழற மேடையில் நின்றிருப்பார்கள் என்பதை மறந்து விடாதீர்கள்.

அந்தச் சங்கடம் எனக்கு ஏற்படாமல் போனதற்கு இளம்வயது முதலே, சிறுசிறு கூட்டங்களில் நானே பேசிப் பழகிக்கொண்டதுதான். அப்படியிருந்தும்கூட பெரிய கூட்டங்களைக் காணும்போது ஆரம்பகாலத்தில் சிறிது நேரம் எனக்கு நடுக்கம் ஏற்பட்டதும் உண்டு. உயர் நிலைப் பள்ளியில், 'நட்பு' என்ற தலைப்பில் எனது முதல் மேடைப் பேச்சை நிகழ்த்தினேன் .

எனது தமிழாசிரியர்களில் ஒருவரும், இன்று மகா வித்துவானாக விளங்கக் கூடியவருமான, தண்டபாணி தேசிகர் அவர்கள்தான் எனது பேச்சுக்குத் தேவையான பல குறிப்புகளை எனக்கு வழங்கினார். அந்தக் குறிப்புகளைப் பெற, அவரது வீடு தேடி நாலைந்து முறை நடந்திருக்கிறேன். திருவாரூர் குமர கோவில் தெருவில் அப்போது அவர் குடியிருந்தார். அவர் தந்துதவிய குறிப்புகளை அப்படியே எழுதி, பல முறை மனப்பாடம் செய்துகொண்டேன். 'நட்பு' என்ற தலைப்பில் பேசிய எனக்குத் தான் மிகப் பெரும் பாராட்டு கிடைத்தது.

நான் அந்தப் பாராட்டைப் பெறுவதற்கு இரண்டு மூன்று நாட்கள், நான் எழுதிய குறிப்புக் கோவையை உறக்கமின்றி மனப்பாடம் செய்திருக்கிறேன். வீட்டில் உள்ள தூண்கள், சுவர்கள், இவைகளின் முன் எல்லாம் நின்று பேசிப் பார்த்திருக்கிறேன். என் வீட்டார் அனைவரையும் தாழ்வாரத்தில் உட்கார வைத்து, நான் முற்றத்து மையத்தில் நின்று பேசிக் காட்டி ஒத்திகை நடத்தியிருக்கிறேன். அதனால்தான் எனது மாணவப் பருவத்து முதல் மேடைப் பேச்சு, ஆசிரியர்கள், மாணவர்கள் அனைவராலும் பாராட்டப்படுகிற அளவுக்கு அமைந்தது.

சபை நடுக்கத்தால் ஏற்படுகிற வேதனையான விளைவுகளுக்கு எத்தனையோ உதாரணங்களைச் சொல்ல முடியும்.

'கடவுள்' என்ற தலைப்பில் எனதுபள்ளியில் ஒரு பேச்சுப் போட்டி! அதில் எனக்கு எதிராகப் போட்டியில் கலந்து கொண்ட மாணவ நண்பர், பேசத் தொடங்கும்போதே நாக்கு தடுமாறிற்று. எப்போது பேச்சை முடிப்பது என்பதிலேயே கண்ணும் கருத்துமாக இருந்த அந்த நண்பர் "இத்துடன் என் பேச்சை முடித்துக்கொள்கிறேன்" என்று கூறுவதற்குப் பதிலாக -"இத்துடன் என் வாழ்க்கையை முடித்துக் கொள்கிறேன்" என்றாரே பார்க்கலாம்! கூட்டம் 'கொல்'லென்று சிரித்துவிட்டது.

நடிகர் திலகம் சிவாஜி நடித்த "கட்டபொம்மன்" நாடகம், சென்னை அண்ணாமலை மன்றத்தில் நடை பெற்றது. அந்த நாடகத்தைப் பார்த்துப் பாராட்டும் வாய்ப்பு அறிஞர் அண்ணா அவர்கள் தலைமையில் எனக் குக் கிட்டியது. "தம்பி! நீ எங்கிருந்தாலும் வாழ்க!" என்று அண்ணா சிவாஜிக்குக் கூறிய அன்பு வாழ்த்து- அந்த நிகழ்ச்சியில்தான்!

ஒரு பெரும் பட அதிபர், நாடகம் காண வந்திருந்தார். திடீரென சிவாஜி அவர்கள் அவரை மேடைக்கு அழைத்து மாலை அணிவித்து இரண்டு வார்த்தை வாழ்த்துமாறு கேட்டுக் கொண்டார். அந்தப் பட அதிபர் ஒலிபெருக்கியின் முன்னால் நின்றார். கை கால்கள் உதறல் எடுத்தன. எத்தனையோ இயக்குனர்களை, நடிகர், நடிகைகளை, திரையுலக நிபுணர்களை உருவாக்கிய பெரியவர் அவர்! நூற்றுக்கணக்கானவர்கள் அவரது நிறுவனத்தில் பணிபுரிகிற அளவுக்கு படத்துறையில் சிறந்த அனுபவம் பெற்றவர். இந்தி மொழியிலும் கூடப் படங்கள் எடுத்து, தமிழகத்துக் கலைத் திறனை வெளிப்படுத்தியவர். மலை போன்ற உருக்கொண்டவர். அப்படிப்பட்டவர் ஒலிபெருக்கியின்

முன்னால் நின்றவுடன் வியர்வைக் கடலில் மிதந்தார். இறுதியாக அவர் பேசியது என்ன தெரியுமா?

"நானும் நீங்களும் கண்டு களித்த... இந்த... இந்த... பொம்மன் கட்டன் நாடகமானது..."

அதுவரையில் அவையோர் சும்மா இருப்பார்களா! அதிர் வெடிச் சிரிப்பு! இதற்குமேல் அவருக்குத்தான் பேச வருமா? முடியுமா?

இதிலிருந்து, பேசும் கலைக்குப் பெருமை சேர்க்க வேண்டுமானால், முதலில், கூட்டத்தைக் கண்டு ஏற்படுகிற அச்சத்தை மெல்லமெல்ல ஒத்திகை பார்த்தாவது போக்கிக்கொள்ள வேண்டும் என்ற உண்மை புரிகிறதல்லவா?

3

தமிழை, இயல் - இசை - கூத்து என மூன்றாகப் பிரித்துள்ளனர் நமது முன்னோர். எண்ணிலடங்கா ஆண்டுகட்கு முன்பு, மனிதர்கள் நிர்வாணமாகத் திரிந்துகொண்டிருந்து பின்னர் இலை தழைகளைக் கட்டிக்கொண்டு, இடுப்புக்குக் கீழே மட்டும் உறுப்புக்களை மறைத்துக் கொண்டிருந்த அந்தக் காலத்தில் இயல் என்பது முதலாவதாகவும், இசையென்பது இரண்டாவதாகவும், கூத்து என்பது மூன்றாவதாகவும் அமைந்திருக்க முடியாது! சொற்களை அடிப்படையாகக் கொண்டது இயல்; ஒலியை அமப்படையாகக் கொண்டது இசை! அசைவுகளை அடிப்படையாகக் கொண்டது கூத்து!

மனிதன் தொடக்க காலத்தில் மொழியறிவே இல்லாதவனாகத்தானிருந்தான். கல்லையோ மரத்தையோ, மலையையோ, நதியையோ கண்டபோது அவற்றுக் கெல்லாம் அவன் பெயர் எதுவும் வைக்கவில்லை. அதனால் சொற்கள் தோன்றிட வேண்டிய அவசியமே இல்லை, சைகைகள் வாயிலாகத்தான் மனிதர்கள் ஒருவருக்கொருவர் எதையும் உணர்த்திடத் தலைப்பட்டனர். கைகளை அசைத்து, தலைகளை ஆட்டி, ஊமைகளைப் போலத் தான் அவர்கள் வாழ்க்கையை நடத்தினர்.

அதன் பிறகு, தொலைவில் இருப்பவரை அழைப்பதற்கு ஒருவிதமான ஒலியையும், அருகில் இருப்பவரைத் தம் பக்கம் திரும்பச் செய்வதற்கு ஒருவிதமான ஒலியையும் எழுப்பினர். "ஏ" "ஓ" "ஈ" இப்படி ஒலிக்குறிப்புகள் வாயிலாகவே ஒருவரோடொருவர் தொடர்பு கொண்டனர். மூன்றாவது கட்டமாகத்தான் மனித சமுதாயம் தான் வாழ்ந்த அந்தந்தப் பகுதிகளுக்கேற்ப சொற்களைப் பயன்படுத்தத் தொடங்கியிருக்கிறது!

இயல், இசை,கூத்து என்பதில் இப்போது "இயல்" முதல் வரிசையில் இருந்தாலுங்கூட, மனிதன் தோன்றி வளர்ந்து பல மாறுதல்களைப் பெற்றிடாத தொடக்க காலத்தில் அசைவுகள் - சைகைகள் மூலம் வாழ்க்கையை நகர்த்தியதால் கூத்து என்பதுதான் அப்போது முதலிடத்தை வகித்திருக்கிறது. ஒலியை அடிப்படையாகக் கொண்ட இசை, அப்போதும் சரி - இப்போதும் சரி; நடு இடத்திலேயே இருக்கிறது. மூன்றாவது இடத்தில் இருந்த இயல், சொற்களின் அடிப்படையில் இயங்குவதால் - அந்தச் சொற்கள் இசைக்கும் தேவைப்பட்டு, அதே போல கூத்துக்கும் தேவைப்பட்டு, முதல் இடத்தில் வந்து உட்கார்ந்து கொண்டது.

அந்தச் சொற்களைத் தேர்ந்தெடுத்துப் பயன்படுத்துவதன் மூலமே எழுத்துக் கலையையும், பேச்சுக்கலையையும் திறமையாகக் கையாள முடியும்.

சொற்களைத் தேர்ந்தெடுப்பது என்றால் அகராதியை வைத்துக் கொண்டு சொற்களை மனப்பாடம் செய்து, அவற்றை நமது பேச்சில் எப்படியெப்படி பதியவைப்பது என்று முயற்சி மேற்கொள்வது அல்ல!

நிறைய நூல்களைப் படிப்பதாலும், நாளேடுகள் கிழமை ஏடுகள், திங்கள் ஏடுகளைப் படிப்பதாலும் புதிய புதிய சொற்கள் நமக்குப் பழகிப் போய்விடுகின்றன. நாம் பேசும்போது அவை, தானாகவே வலிய வந்து விழ வேண்டும். வாக்கியத்துக்கு வாக்கியம் பொருத்தமான சொற்களை மேடையில் ஏறி நின்றுகொண்டு தேடக்கூடாது. ஓரளவு நாமே ஒரு அகராதியாக விளங்கிட வேண்டும். பேரகராதியாக விளங்க முடியாவிட்டாலும் நிறைய சொற்களைத் தெரிந்து வைத்திருக்கவேண்டும்.

சங்க இலக்கிய நூல் ஒன்றுக்கு உரையெழுதக்கூடிய அளவுக்குச் சொற்களைப் புரிந்து வைத்துக்கொள்ள வேண்டிய அவசியம் பேச்சாளருக்குத் தேவையில்லை, அதற்காக அத்தனை சொற்களையும் தெரிந்து வைத்துக் கொள்ள வேண்டா மென்று நான் கூறவும் மாட்டேன். அவற்றையும் தெரிந்து வைத்துக்கொண்டால் அவர்கள் மேலும் ஆற்றல் மிக்க பேச்சாளர்களாக ஒளிவிடமுடியும். அது மட்டுமின்றி, வளர்ந்துவரும் அறிவுலகத்தில் நாள்தோறும் புதிய புதிய சொற்கள் பிறந்துகொண்டே இருக்கின்றன. அவற்றை யெல்லாம் அறிந்து வைத்துக்கொள்ள வேண்டியது ஒரு பேச்சாளரின் கடமையாகும்.

முன்பெல்லாம் அவர்கள் எவ்வளவு பெரிய பேச்சாளர்களாக இருந்தாலும் தலைவர்களாக இருந்தாலும் மேடையில் ஏறியதும் சில நிமிடங்கள் பீடிகை போட்டு விட்டுத்தான் பேசுவார்கள்.

"அடியேன் பேசப்போகும் விஷயத்தில் குற்றம் குறைகள் இருக்கலாம். அப்படி இருக்குமேயானால் சபையோர்களாகிய நீங்கள், எப்படி பாலையும் தண்ணீரையும் கலந்து வைத்தால் அன்னப்பட்சியானது பாலை மட்டும் பருகிவிட்டு, தண்ணீரை விட்டுவிடுகிறதோ அதைப்போல எனது பேச்சில் உள்ள நிறைகளை மட்டும் எடுத்துக் கொண்டு குறைகளை விட்டுவிடுமாறு கேட்டுக் கொள்கிறேன்.

இதுபோலத்தான் பழங்காலத்துப் பேச்சுக்கள் அமையும். நான் தொடக்கத்தில் மேடையில் பேசும்போது இதே பீடிகையை வேறொரு உவமை கூறிப் பேசியிருக்கிறேன்.

"அவையோர்களே! சர்க்கரையையும் மணலையும் கலந்து வைத்த கல்,எப்படி எறும்பானது மணலை விடுத்துச் சர்க்கரையை மட்டும் தின்றிடுமோ அதைப் போலவும் -

இரும்புத்தூளையும் மரத்தூளையும் கலந்து வைத்தால், எப்படிக் காந்தமானது இரும்புத்தூளை மட்டும் இழுத்துக்கொள்ளுமோ அதைப் போலவும் - என் பேச்சில் குறைகளைத் தள்ளிவிட்டு, நிறைகளை ஏற்றிடுமாறு கேட்டுக்கொள்கிறேன்."

இப்படி அன்னத்தையும் பாலையும் மாற்றி ஏதோ புதுமை செய்துவிட்டதாக நான் எண்ணிக்கொண்டிருந்த காலம் அது!

இப்போதும்கூட இளைஞர்களாக இருக்கும் பேச்சாளர்கள் தாங்கள் பேசுவதற்கு மேடையில் ஏறியதும் தலைவருக்கும் அவையோருக்கும் வணக்கம் தெரிவித்துவிட்டு "அறிவியலும் அனுபவத்திலும் முதிர்ச்சி அடையாத நான் பேசுவதில் குற்றம் குறைகள் இருந்தால் மன்னித்துவிட வேண்டுகிறேன்" என்று பேச்சைத் தொடங்கினால், அந்த இளைஞரிடம் அவையோருக்கு ஒரு அன்பும் பாசமும் நிச்சயம் ஏற்படும்.

மனப்பாடம் செய்துகொண்டு மேடையேறுகிற பல இளைஞர்கள், பாடம் செய்ததைப் பரபரப்புடன் ஒப்பு விக்கும்போது இடையில் சிறு தடங்கல் ஏற்பட்டாலும் திகைத்துப்போய் நின்று, மீண்டும் தாங்கள் மனப்பாடம் செய்ததைத் தொடக்கத்திலிருந்து கூற முனைவார்கள்! அவர்களுடைய மூளையில் பெரிய விஷயங்களை ஏற்றாமல் - நாட்டு நடப்பில் அவர்களுக்குத் தெரிந்திருக்கிற விஷயங்களை மட்டுமே பதியவைக்க வேண்டும். அப்பொழுதுதான், தாங்கள் என்ன பேசுகிறோம் என்பது அவர்களுக்கே புரியும்.

"ஏதென்சு நகரத்து அறிவுக் கிழவன் சாக்ரடீசைப் போல் - பொதுவுடமைப் பூங்காவுக்குக் கருத்து விதையிட்ட காரல்மார்க்சைப் போல் - இருளில் ஒளி கண்ட இங்கர்சாலைப் போல் - தன்மானச் சிங்கம் தந்தை பெரியார் விளங்கினார்."

இப்படி எழுதிக் கொடுத்ததை மனப்பாடம் செய்து மேடையில் பேசுகிற இளம் பேச்சாளருக்கு, சாக்ரடீஸ் என்றால் யார் என்று தெரிந்திருக்க வேண்டுமல்லவா? மார்க்ஸ் பற்றியும் இங்கர்சால் பற்றியும் அந்த இளம் பேச்சாளர் உணர்ந்திருக்க வேண்டுமல்லவா?

அதனால் பெரியார் விழாவில் பேசுகின்ற இளம் பேச்சாளருக்கு, எதைக் கற்றுத் தந்தால் மனத்தில் பதியுமோ, அதை மட்டுமே கற்றுத்தர வேண்டும்.

"பெரியார், சாதிகள் ஒழியவேண்டுமென்று பாடுபட்டவர்! பிர்மாவின் முகத்திலே ஒரு சாதியும், தோளிலே ஒரு சாதியும், தொடையிலே ஒரு சாதியும், காலிலே ஒரு சாதியுமாக மனிதர்கள் பிறந்தார்கள் என்பதைப் பெரியார் மறுத்து எல்லோரும் ஒரே குலம்தான் - மனித குலம்தான் என்று முழங்கினார்."

இப்படி எளிய முறையில் எளிய நடையில் இளம் பேச்சாளர் பயிற்சி பெற்றால்தான், அவர் உதடுகள் உச்சரிக்கிற வார்த்தைகளுக்கும் அவரது உள்ளத்திற்கும் சம்பந்தம் இருக்கமுடியும். அப்படித் தொடர்பு இருந்தால் தான் உணர்ச்சியோடு அந்தக் கருத்துக்களைச் சொல்ல முடியும்.

வெற்றி பெற்ற சட்டமன்ற உறுப்பினர் ஒருவர் என்னை அவரது தொகுதிக்குப் பாராட்டு விழாவுக்கு அழைத்துச் சென்றிருந்தார். முதல் நிகழ்ச்சியில் பேசும்போது அவர் குறிப்பிட்டார்." தொகுதி மக்களே! தேர்தல் நேரத்தில் உங்களுக்கு ஒரு பெரிய வாக்குறுதி கொடுத்திருந்தேன். அதாவது என்னை ஜெயிக்கவைத்தால் கலைஞரை அழைத்து வருவதாக! இப்போது அவரை அழைத்துவந்து வாக்குறுதியை நிறைவேற்றிவிட்டேன்" என்று!

அடுத்து நான் பேசும்போது, "என்னை அழைத்து வருவது என்பதற்காக அளிக்கப்பட்ட வாக்குறுதி அப்படியொன்றும் பெரிதல்ல! மலிவான வாக்குறுதிதான்! நான் எப்போதும் மக்களைச் சந்தித்துக்கொண்டே இருப்பவன்" எனக் குறிப்பிட்டேன்.

பிறகு அதே தொகுதியில் இன்னொரு இடத்தில் கூட்டம்! அந்தச் சட்டமன்ற உறுப்பினர் அங்கேயும் என்னை வரவேற்றுப் பேசினார். என்ன பேசினார் தெரியுமா?

"தொகுதி மக்களே! தேர்தல் நேரத்தில் உங்களுக்கு ஒரு மலிவான வாக்குறுதி கொடுத்திருந்தேன். அதுதான், என்னை ஜெயிக்க வைத்தால் கலைஞரை அழைத்து வருவேன் என்ற வாக்குறுதி!"

இப்படிச் சொன்னதும் என்னருகே இருந்தவர்கள் திடுக்கிட்டனர். நான் சிரித்துக் கொண்டேயிருந்தேன். நான் அந்தத் தொகுதியில் முதல் கூட்டத்தில் அடக்க உணர்வோடு பயன்படுத்திய அந்தச் சொல்லைத்தான், தானும் குறிப்பிட வேண்டுமென்று அந்த உறுப்பினர் கருதிக் கொண்டதால் ஏற்பட்ட விளைவு அது!

'மலிவு' என்ற சொல்லுக்குக்கூடப் பொருள் புரியாத நிலை! மனத்தில் நினைத்தது வேறு! உதட்டில் வெளிப்பட்டது வேறு !

இதிலிருந்து, சொற்களை நிறைய அறிந்திருப்பதும் உள்ளத்திற்கும் உச்சரிக்கப்படும் சொற்களுக்கும் தொடர்பு இருக்க வேண்டுமென்பதும் பேச்சாளர்களுக்கு முக்கியமான தேவைகள் என்பது உணரப்படுகிறதல்லவா?

நெஞ்சம், சொற் பஞ்சமுடையதாயிருந்தால் மேடைப் பேச்சால் மக்களைக் கவர்ந்திட இயலாது. சிலருக்கு மனத்தில் நல்ல கருத்துக்கள் தோன்றும். அவற்றை வெளிப்படுத்த உரிய சொற்கள் இல்லாமல் தவித்திடுவர். வேறு சிலருக்குச் சிறந்த கருத்துக்களும் அவற்றை வெளிப்படுத்தக் கூடிய சொற்களும்கூட உள்ளத்தில் நிறைந்திருக்கும். ஆனால் அப்படிக் கிடைத்த வாய்ப்பைப் பயன்படுத்தக்கூடிய பேச்சு வன்மை அவர்களுக்கு வாய்க்காமல் போய்விடக் கூடும்.

பல மொழிகளில் ஆராய்ச்சி செய்து பட்டம் பெற்ற முதுபெரும் புலவர்கள் பலர் எதிரே அமர்ந்திருக்கும் அவையோரை ஈர்த்திடும் வண்ணம் விரிவுரையாற்ற முடியாமல் தோல்வியுற்றிருக்கின்றனர். சொற்பொழிவுக்குத் தக்கவாறு குரலின் ஏற்ற இறக்கம், எத்தகைய சொற்களைப் பயன்படுத்த வேண்டுமென்று ஏற்படுத்திக் கொள்கிற பழக்கம் இவையெல்லாம் ஒரு பேச்சாளர், ஆரம்ப காலத்தில் திட்டமிட்டுச் செயல்படுத்தினாலும் கூட போகப் போக அந்தப் பழக்கம் தானாகவே ஏற்பட்டு விடும்.

ஒரு ஆரம்பப் பேச்சாளன் தோல்வி அடைகிற இடம் அவன் நீண்ட நேரம் பேசவேண்டுமென்று எண்ணுகிற மேடைதான்! "அடேடே! இன்னும் கொஞ்சம் பேசியிருக்கக்கூடாதா?" என்று அவையோர் அல்லது பொது மக்கள் நினைக்கிற அளவுக்கு ஆரம்பப் பேச்சாளன் நடந்து கொள்ளவேண்டும்.

ஐந்து நிமிடம் அழகாகப் பேசத் தெரிந்தவுடனேயே, ஐம்பதாயிரம் பேர் கூடியிருக்கிற மாநாட்டில் பேசவேண்டுமென்ற ஆசையை வளர்த்துக்கொள்ளக் கூடாது. அத்தகைய மாநாடுகளில் தலைவர்களும், அந்தக் கட்சிகளின்

முன்னணியினரும் என்ன பேசுகிறார்கள்; எப்படி மக்களைக் கவருகிறார்கள் என்பதைக் கூர்ந்து கவனிக்க வேண்டும்.

எத்தனை மணி நேரம் ஒரு சொற்பொழிவாளர் பேசினார் என்பதைவிட, என்ன பேசினார் என்பதுதான் முக்கியம்.

இளம் பேச்சாளனாக இருந்த நான் ஒரு முறை குடந்தையில் ஒரு கூட்டத்தில் பேசினேன். குடந்தைப் பெரியவர் கே.கே.நீலமேகம் தலைமையில் அந்தக் கூட்டம் நடந்ததாக நினைவு. அறிஞர் அண்ணா அவர்கள் சொற்பொழிவாற்ற வந்திருந்தார். என்னையும் பேசுமாறு கூறினார்கள். மிகக் குறைந்த நேரமே பேசி மக்களின் கைதட்டலையும் உற்சாக ஆரவாரத்தையும் பெற்றேன்.

"காங்கிரஸ் கட்சியைச் சேர்ந்த சின்ன அண்ணாமலை ஒரு கூட்டத்தில் பேசினாராம்! அவர் மலையாம்! அண்ணா அவர்கள் துறையாம்! மலையில் மழை பெய்தால்தான் துறைக்கு வருமாம்! அதனால் அண்ணாதுரையை விட அண்ணாமலையே மேல்! இப்படிப் பேசிய அண்ணாமலை அவர்களுக்குச் சொல்லிக் கொள்வேன் அந்த மலையில் பொழிய வேண்டிய மழைக்குத் தேவையான மேகம், இதோ எங்களிடம் இருக்கிறது! அதுதான் கே.கே. நீலமேகம்!"

இப்படி நான் கூறியதும் கையொலி! மகிழ்ச்சியொலி! அத்துடன் பேச்சை நிறுத்திக்கொண்டு "சபாஷ்" பெற்றுவிட்டேன்.

கூட்டங்களில் பாராட்டியும் கைதட்டுவதுண்டு! பேச்சை முடித்துக் கொள்ளச் சொல்லியும் கைதட்டுவதுண்டு! நான் குறிப்பிட்ட கே.கே. நீலமேகம் அவர்கள் குடந்தையில் நடைபெற்ற ஒரு மாநாட்டில் வரவேற்புரை ஆற்றிய நிகழ்ச்சியை இங்கே சுட்டிக்காட்ட விரும்புகிறேன்.

நல்ல உடற்கட்டும், நிமிர்ந்த நோக்கும், கொள்கை உறுதியும் கொண்ட பெரியவர் நீலமேகம், தமது வரவேற் புரையை எழுதியே படித்தார். எழுதிப் படிக்கும் நீண்ட உரைகளை மக்கள் ஆர்வத்துடன் கேட்பதில்லை. அதிலும் அன்று அவரது உரை மிக மிக நீண்ட உரை! அத்துடன் பிற்பகல் உணவு வேளையும் நெருங்கிவிட்டது. அடுக்கி வைத்திருந்த தாள்களில் 25-ம் பக்கத்திற்குப் பிறகு 26-ஆம் பக்கம் விட்டுப்போய் 27-ஆம் பக்கத்தைப் படித்தார். பேச்சின் தொடர்பு அறுந்துபோயிற்று, மாநாட்டுப் பந்தலில் கேலிச் சிரிப்பும் கைதட்டலும் எழுந்தது. கே.கே.என். அவர்களுக்குக் கடுங்கோபம் வந்து விட்டது!

"யார் கேட்டாலும் சரி கேட்கா விட்டாலும் சரி! ஒரு ஆள் மட்டும் இந்தப் பந்தலில் மிச்சமிருக்கும் வரையில் நான் எனது உரையைப் படித்துத்தான் தீருவேன்."

இப்படி அவர் கர்ச்சனை செய்தபிறகு பந்தலில் அமைதி ஏற்பட்டது. எழுதிப் படிக்கிற உரைகளானாலும் அவற்றை ஒருமுறைக்கு இருமுறை கவனமாகப் படித்து, பக்க எண்களைச் சரியாகக் குறித்து ஒழுங்காக அடுக்கி வைத்துக் கொண்டு மக்களைக் கவரும் வகையில் குரலை உயர்த்திப் பேசவேண்டும் என்பதற்கு எடுத்துக் காட்டாகவே இந்த நிகழ்ச்சியை நினைவுபடுத்தினேன்.

நாடக உலகிலும் திரையுலகிலும் ஓரளவு புகழ்பெற்ற நடிகர் ஒருவர் என்னுடன் பல ஆண்டுகளுக்கு முன்பு ஒரு பொதுக்கூட்டத்தில் பேச ஆரணிக்கு வந்திருந்தார். அவர் பேசுவார் என்று அறிவித்ததும் நல்ல வரவேற்பு இருந்தது. தொடக்கத்தில் கடல்மடை திறந்தாற்போல் வார்த்தைகளைக் கொட்டினார். அவருடைய நினைவு எங்கேயோ இருந்திருக்கிறது! மக்கள் முன் எடுத்து வைத்த கருத்துக்களோடு அவர் ஒன்றியிருக்கவில்லை. பேசிக்கொண்டேயிருந்தவர், திடீரெனத் திகைத்து

நின்றுவிட்டார். ஒரு நிமிடத்திற்கு மேல் அப்படியே நின்றார். பேசிக்கொண்டு வந்த பொருள் பற்றிய தொடர்பை அப்படியே விட்டுவிட்டு அவர் "இத்துடன் என் பேச்சை முடித்துக் கொள்கிறேன்" எனக் கூறி அமர்ந்துவிட்டார்.

இதிலிருந்து புரிவதென்ன? ஒரு பேச்சாளன் மக்களுக்குச் சொல்ல முயன்ற கருத்துகளுடன் தானும் உண்மையிலேயே இரண்டறக் கலந்திருந்தால்தான் தங்கு தடையின்றிப் பேசமுடியும்! எங்கேயோ மனத்தை உலவிட விட்டுவிட்டு, அரங்கின் முன்னே உதடுகளை அசைத்துக் கொண்டிருந்தால் உணர்வு பூர்வமான பேச்சாக அமையாது!

சொற்பொழிவைக் கேட்பதற்கு மக்கள் சங்கீதம் கேட்க வருவதுபோல் வந்த காலத்தை உருவாக்கிய பெருமை அண்ணா அவர்களுக்கு உண்டு!

முப்பது ஆண்டுகளுக்கு மேலாகிறது; சென்னை சேத்துப்பட்டுப் பகுதியில் அண்ணா பேசுகிறார் என்று விளம்பரம் செய்யப்பட்டிருந்தது. நான், கவிஞர் கண்ணதாசன், அரங்கண்ணல், முல்லை சக்தி ஆகியோர் ஒரு காரில் அந்த இடம் நோக்கிப் புறப்பட்டோம். இரவு எட்டு மணியிருக்கும். கூட்டம் நடைபெறும் இடம் சரியாகத் தெரியவில்லை. ஒரு வெற்றிலை பாக்குக் கடையோரமாகக் காரை நிறுத்திவிட்டு "அய்யா! இங்கே கூட்டம் எங்கே நடக்கிறது?" என்று விசாரித்தோம்! கடை வாசலில் வாழைப்பழம் உரித்துத் தின்றுகொண்டிருந்த ஒருவர் எங்களைப் பார்த்து, 'அதுவா! அண்ணாத்துரை கச்சேரிதானே? இப்படி இடது பக்கமாகத் திரும்பிப் போங்க!" என்று பதில் அளித்து வழி காட்டினார்.

சொற்பொழிவை ஒரு இசைக் கச்சேரியாகவே கருதிக் கொண்டனர். 1953ல் நான் கல்லக்குடி போராட்டத்தில் ஈடுபட்டு திருச்சி சிறையில் இருந்தபோது, அங்கிருந்த ஒரு

சாதாரணக் கைதி என்னைப் பார்த்து கைகூப்பி, "நமஸ்காரங்க!" என்று சொன்னார். "என்னைத் தெரியுமா?" என்று அவரைக் கேட்டேன். "ஓ! நல்லாத் தெரியுமே! மூணு மாசத்துக்கு முன்பு மணப்பாறையிலே கச்சேரிக்கு வந்திருந்தீங்களே" என்றார் அந்தக் கைதி! கூட்டங்களையே கச்சேரி என்று நினைத்துக் கொண்டிருந்த அந்த நிலையைக் கடந்து எவ்வளவு தூரம் தமிழ்நாடு முன்னேறியிருக்கிறது என்பதை எண்ணிப் பார்க்கவே மகிழ்ச்சியாக இருக்கிறதல்லவா? இவ்விதம் முன்னேறியுள்ள பேசும் கலையில் வல்லவர்களாகத் திகழ, பெரும் உழைப்பைத் தர வேண்டும் என்பதைப் பேச்சாளர்களாக விரும்புவோர் புரிந்துகொள்ள வேண்டும்.

"அக்ராசனாதிபதி அவர்களே!" என்று விளித்தது மாறி-"அவைத்தலைவர் அவர்களே!" என்று தமிழில் ஒலிக்கிற காலம் இது! "ஸ்ரீமான் அவர்கள்!" என்பது "திருவாளர் அவர்கள்" என்று மாறியிருக்கிற காலம் இது! இந்த மாற்றங்கள் ஏற்படுவதற்கு எழுத்தாளர்கள் மட்டுமல்ல; தமிழ்ப்பற்று கொண்ட சொற்பொழிவாளர்களும் சாரணமல்லவா? கூட்டங்களில் பேசிப்பேசி அந்தச் சொற்களை மக்களின் உள்ளத்தில் பதிய வைத்துவிட்டதால் அல்லவா; அவை பழகிப் போய்விட்டன! தமிழ் நூல்களை நிறையப் படிப்பதன் மூலமும், நல்ல தமிழ் ஏடுகளைத் தவறாமல் படிப்பதன் மூலமும் ஒரு தமிழ்ப் பேச்சாளர், தங்கு தடையற்ற தமிழ்ச் சொற்களைப் பயன்படுத்தும் ஆற்றலைப் பெற முடியும்.

நுனிப்புல் மேய்பவர்களாகப் பேச்சாளர்கள் இருந்தால், ஒவ்வொரு கூட்டத்திலும் அரைத்த மாவையே அரைத்துக் கொண்டிருப்பார்கள். அன்றாடம் ஏடுகளில் வருகிற புதிய செய்திகளைக்கூட அவர்கள் ஏறெடுத்துப் பார்ப்பதில்லை.

சில பேச்சாளர்கள் ஒரு பேச்சைத் தயார் செய்து கொண்டு அதை வைத்துக்கொண்டே ஓராண்டு காலம், ஒரு சுற்று

வந்துவிடுவார்கள். அதற்குப் பிறகு, மற்றொரு பேச்சைத் தயாரித்துக்கொண்டு புறப்படுவார்கள். ஒரு இடத்தில் சொன்ன கருத்தையோ அல்லது கையாண்ட உவமையையோ மற்றொரு இடத்தில் கூறுவது தவறல்ல! ஆனால், அவற்றைச் சொல்லும் கோணத்தில் மாற்றங்கள் இருந்தால்தான் பேச்சு பொலிவு பெறும்! அதே வார்த்தைகள் - அதே வாசக அமைப்பு பதிவு செய்யப்பட்ட நாடா (டேப்) போலத் திரும்பத் திரும்பப் பயன்படுத்தப் பட்டால் இரண்டாவது அல்லது மூன்றாவது முறையாக அவரது பேச்சைக் கேட்பவர்கள் அலுத்துக்கொள்ள நேரிடும்.

5

கலைவாணர் என். எஸ். கிருஷ்ணன் அவர்கள் அவரது குடும்பத்தைச் சேர்ந்த பிள்ளைகளுக்கோ அல்லது பெண்களுக்கோ யாரோ ஒருவருக்கு சென்னையில் ஒவ்வொரு ஆண்டும் திருமணம் நடத்தி வைப்பார். பெரிய அளவில் மணவிழா நடைபெறும். பெரியார், அண்ணா, ஜீவா இவர்கள் எல்லாம் அந்த மணவிழாக்களில் தவறாமல் கலந்துகொள்வார்கள். சில புலவர்களும் கலந்து கொள்வார்கள்.

ஒரு புலவர் (பெயரைக் குறிப்பிட விரும்பவில்லை) மணமக்களை வாழ்த்துவோர் வரிசையில் ஒவ்வொரு முறையும் இடம் பெறுவார். முற்போக்குக் கருத்துக் கொண்டவர் என்று அவர் தன்னைச் சொல்லிக்கொண்ட போதிலும் மணவிழாவுக்கு வந்தோரைச் சிரிக்க வைப்ப தற்காக நகைச்சுவை என்ற பெயரால் படித்த பெண்களைக் கேலி செய்வார்.

படித்த பெண்கள் சமையற்கட்டுக்குப் போனால் கத்தரிக்காய்ப் பொரியல் சுத்தமாக இருக்க வேண்டுமென்ப தற்காக முதலில் கத்தரிக்காய்க்குச் சோப்புப் போட்டுக் கழுவுவார்கள் என்பார். காய்கறி நறுக்கும் கத்திகளில் கிருமிகள் ஒட்டிக்கொண்டிருக்கும் என்பதற்காக அந்தக் கத்திகளை "டெட்டால்" விட்டுக் கழுவுவார்கள் என்பார். இதையே அந்த வீட்டில் நடந்த திருமணங்களில் மூன்று தடவை அப்புலவர் பேசியிருக்கிறார்.

ஒருமுறை நானும் இயக்குநர் பீம்சிங் அவர்களும் கலைவாணர் வீட்டில் நடந்த நாலாவது திருமணத்திற்குப்

புறப்பட்டுக் கொண்டிருந்தோம். பீம்சிங் வருவதற்குச் சிறிது நாமதமாகிவிட்டது.

"என்ன பீம்! திருமணம் முடிந்திருக்குமே! அண்ணா பேச ஆரம்பித்து விடப்போகிறார்! வாருங்கள் விரைவாக!" என அவசரப்படுத்தினேன்.

"அவசரப்படாதீங்க சார்! இப்பத்தான் அந்தப் புலவர் கத்தரிக்காய்க்கு சோப்பு போட்டுக்கொண்டிருப்பார்" என்றார் கேலியாக!

பேசியதையே பேசுதல் - அதுவும் ஒரே ஊரில் பேசுதல் - அதிலும் ஒரே வீட்டுத் திருமணத்தில்-அல்லது நிகழ்ச்சியில் பேசுதல் - எந்த அளவுக்கு விரும்பத்தகாத தாகப் போய்விடுகிறது என்பதற்கு இது எடுத்துக்காட்டு!

வேறு சிலர், சில சொற்பொழிவாளர்கள் பேசியதையே தாங்களும் பேசி அவர்களைப் போல மக்களின் பாராட்டு தலைப் பெறவேண்டுமென்று ஆசைப்பட்டுத் தோல்வியை அணைத்துக் கொள்வதும் உண்டு!

காங்கிரஸ் ஆட்சியாளரைச் சாடுவதற்காக நான் கூட்டங்களில் புண்யகோடி என்பவர் வறுமையின் காரணமாகத் தன் குடும்பத்தோடு கிணற்றில் விழுந்து தற்கொலை செய்துகொண்ட நிகழ்ச்சியை மிகுந்த சோகப் பெருக்குடன் விவரிப்பது உண்டு! எதிரில் இருந்து கேட்கும் மக்கள் கண்ணீர் வடித்திடுவர்!

புண்யகோடியும் அவரது மனைவியும் மட்டுமல்ல; பதின்மூன்று வயது மணிமேகலை என்ற மூத்த பெண்ணும் எனத் தொடங்கி, ஒரு வயதுப் பிஞ்சுக்குழந்தை வரை ஆறு பிள்ளைகளும் பெற்றோருமாக எட்டுப்பேர் வறுமைக்குப்

பலியாயினர் இந்த ஆட்சியிலே என்று உணர்ச்சி கொப்பளிக்க உரையாற்றுவேன். என்னுடன் கூட்டங்களில் கலந்து கொள்ளும் எனது நண்பர் காட்டூர் இராமய்யா அவர்கள் மேடைகளில் பேசும் ஆர்வம் கொண்டவர், நல்ல நண்பருங்கூட!

அவர் சட்டமன்றத் தேர்தலில் 1962-ம் ஆண்டு போட்டியிட்டார்- கழகச் சார்பு வேட்பாளராக! அவரது தொகுதியில் ஒரு தேர்தல் பிரச்சாரக் கூட்டத்தில் புண்ய கோடி கதையைச் சொல்லி மக்களை உருகிட வைக்க வேண்டுமென்று நினைத்திருக்கிறார்.

பெருங்கூட்டம் கூடியிருந்தது, வேட்பாளர் பேசுவார் என அறிவிக்கப்பட்டது! வேட்பாளர்கள் எப்போதுமே குறைந்த நேரம் பேசி, வாக்காளர்களிடம் ஆதரவு கோரி விட்டு விரைவில் உரையை முடித்துக் கொள்வதே நல்லது! நண்பர் காட்டூரார் கூட்டத்தைப் பார்த்ததும் நீண்ட நேரம் பேச விரும்பி புண்யகோடி கதையையும் தொடங்கி விட்டார்.

அந்தக் குடும்பத்தின் வறுமை - கஷ்டம் - அதனால் தற்கொலை செய்துகொள்ளத் துணிந்த கொடுமை - எல்லாவற்றையும் அடுக்கிவிட்டு, அவர்களைக் கிணற்றடிக்கு அழைத்து வந்துவிட்டார். முதல் பிள்ளை மணிமேகலை என்று பெயரையும் கூறிவிட்டு, அத்துடன் நிறுத்தாமல் அதன் வயது ஐந்து என்று கூறி, அதைத் தூக்கி அந்தப் பெற்றோர் கிணற்றில் போட்டதைச் சொன்னார்.

இன்னும் ஐந்து குழந்தைகளுக்கு வயது சொல்ல வேண்டுமே! இரண்டாவது குழந்தைக்கு வயது மூன்று என்றார்! மூன்றாவது குழந்தைக்கு வயது இரண்டு என்றார்! நான்காவது குழந்தைக்கு வயது ஒன்று என்றார்! ஐந்தாவது குழந்தைக்கு ... வயதைச் சொல்ல முடியாமல் தடுமாறினார்!

மணிமேகலை வயது பதின்மூன்று என ஆரம்பித்திருந் தால்தான் கணக்கு சரியாக வந்திருக்கும். வயதில் தடுமாறியவுடன், கவலைப்பட வேண்டிய மக்கள் கைதட்டி ஆரவாரம் செய்யத் தொடங்கிவிட்டார்கள்.

அது மட்டுமல்ல; இப்படிப்பட்ட நிகழ்ச்சிகளை வெறும் செய்தி சொல்வது போலச் சொல்லிக் கொண்டிருந்தால் அதன் வாயிலாக உருவாக்க நினைக்கிற உணர்ச்சியையும், எழுச்சியையும் நிச்சயமாக மக்கள் மத்தியில் உருவாக்க முடியாது.

பேச்சாளர்கள் அவரவர்களுக்கென்று ஒரு தனியான பாணியை அமைத்துக் கொள்ளவேண்டும். அவரைப்போல் பேசுகிறார்; இவரைப்போல் பேசுகிறார் என்று மக்கள் ஒப்பிட்டுப் பார்க்க முனைந்து விட்டால் பிறகு அந்தப் பாணியில் செலுத்துகிற கவனத்தைப் பேச்சில் செலுத்திட மாட்டார்கள்.

"பானை உடைந்திருக்கிறதா இல்லையா என்பதைத் தட்டிப் பார்த்து அதன் ஒலியில் இருந்து அறிந்துகொள்வதைப் போல மனிதன் அறிவாளியா அல்லவா என்பதை அவன் பேச்சிலிருந்து அறிந்து கொள்ளலாம்" என்று டெமஸ்தனீஸ் கூறியுள்ளதைப் பேச்சாளர்கள் மனத்தில் பதிய வைத்துக் கொள்ளவேண்டும்.

6

முன்பெல்லாம் நான் திருமண விழாக்களில் பேசும்போது வெளிநாட்டுச் சிறுகதையொன்றை எங்காவது ஒரு மணவிழா நிகழ்ச்சியில் சொல்வதுண்டு. அந்தக் கதையை மிக விரிவாக மெருகிட்டு நமது தாய் நாட்டுக்கு ஏற்றவாறு கூறுவேன்.

"ஒரு கணவனும் மனைவியும் ஒற்றுமையுடன் வாழ்ந்தார்கள். ஏழ்மை அவர்களைத் தாக்கியது. பிழைப்புக்கு வழியின்றித் தவித்தனர். ஒருநாள் மனைவி, தன் கணவனைப் பார்த்து வீட்டில் உள்ள காளைமாட்டைக் கொண்டு போய்ச் சந்தையில் விற்று அதில் கிடைக்கும் பணத்தைக் கொண்டு ஒரு பெட்டிக்கடை வைத்தால் குடும்பத்தை நகர்த்தலாமே என்று யோசனை கூறினாள். அவனும் உடன்பட்டு மாட்டை ஓட்டிக்கொண்டு சந்தைக்குச் செல்லும் சாலையில் நடந்தான். வழியில் மாடு அங்கு மிங்கும் மிரண்டு ஓடியது.

அப்போது ஆடு ஒன்றை ஓட்டிக்கொண்டு வந்த ஒருவன்; அவனைப் பார்த்து; ஏனய்யா அந்த முரட்டுக் காளையுடன் சிரமப்படுகிறாய்! என்னிடம் கொடுந்துவிடு. அதற்குப் பதிலாக என் ஆட்டைத் தருகிறேன் என்றான். அறிவிற் குறைந்த அந்தக் கணவன் மாட்டைக் கொடுத்துவிட்டு ஆட்டை ஓட்டிக் கொண்டு சந்தையை நோக்கிச் சென்றான்.

எதிரேயொருவன் கையில் ஒரு பெட்டைக் கோழியுடன் வந்தான். அவன், அந்தக் கணவனை ஏமாற்றி, கோழியென்றால் கையிலேயே தூக்கிக் கொண்டு போய்விடலாம் என்றதும், அதற்கும் அறிவிலிக் கணவன் ஒப்புக்கொண்டு ஆட்டை அவனிடம் கொடுத்துவிட்டுக் கோழியை வாங்கிக் கொண்டு சந்தைக்குப் புறப்பட்டான்.

போகும்போது ஒரு பிரியாணிக் கடை! அந்தக் கடைக்காரன் அந்தக் கோழியை வாங்கி அன்றைக்குச் சமைத்துவிடத் திட்டம் போட்டு அறிவிலிக் கணவனிடம் நயமாகப் பேசி, ஒரு குவளைத் தேநீருக்குக் கோழியை வாங்கிக் கொண்டான்.

அறிவிலிக் கணவன் தேநீரைக் குடிக்கும்போது அவன் வீட்டுக்குப் பக்கத்து வீட்டுக்காரன் அவனைப் பார்த்து "அட முட்டாளே! நானும் உன்னை கவனித்துக் கொண்டு தான் வருகிறேன். மாட்டைக் கொடுத்து ஆட்டை வாங்கினாய் - ஆட்டைக் கொடுத்து கோழியை வாங்கினாய் - கோழியைக் கொடுத்து தேநீர் வாங்கிச் சாப்பிடுகிறாய்-இதையெல்லாம் உன் மனைவி அறிந்தால் உன்னைவிட்டு ஓடியே விடுவாள்; அல்லது உன்னை அடித்துத் துரத்துவாள்" என்றான்.

அறிவிலிக் கணவன், அப்படியெல்லாம் ஒன்றும் நடக்காது என்றான். நடக்கும் என்றான் பக்கத்து வீட்டுக்காரன். நடக்குமா நடக்காதா என்பதற்கு இருவரும் பந்தயம் கட்டிக் கொண்டனர். நடந்தால் அறிவிலிக் கணவன் அவனது வீட்டைப் பக்கத்து வீட்டுக்காரனுக்கு எழுதி வைத்துவிட வேண்டும். நடக்காவிட்டால் பக்கத்து வீட்டுக்காரன், அவனது பெட்டிக்கடையை அறிவிலிக் கணவனுக்குத் தந்துவிட வேண்டும். இப்படிப் பந்தயம் கட்டிக்கொண்டு இருவரும் வீட்டுக்குத் திரும்பினர்.

அண்டை வீட்டுக்காரன் அறிவிலியின் மனைவியிடம் அவளது கணவன் செய்த முட்டாள்தனமான காரியங்களையெல்லாம் சொல்லி, கடைசியில் உன் கணவன் மாட்டோடு சென்று ஒரு கோப்பைத் தேநீருடன் திரும்பியிருக்கிறான் என்று கேலிசெய்தான். அறிவிலியின் மனைவியோ; தன் கணவனைப் பார்த்து, "அந்தத் தேநீரையாவது வயிறு நிரம்பச் சாப்பிட்டீர்களா?" என்று அன்பொழுகக் கேட்டாள்.

பக்கத்து வீட்டுக்காரனுக்கு ஒரே அதிர்ச்சி. பந்தயத்தில் தோற்றுப் போய்ப் பெட்டிக் கடையை எழுதிக் கொடுத்து விட்டான்.

மறுநாள் அந்த அறிவிலிக் கணவனை, அவன் பார்த்து, "என்னடா, உன் மனைவி உன்னைவிட மூடமாக இருக்கிறாள்?' என்று கேட்டான். "அப்படியொன்று மில்லை. என்னதான் அவளுக்கு என்மீது வருத்தமோ கோபமோ இருந்தாலும் அதைப் பிறர் முன்னால் காட்டிக் கொள்ளமாட்டாள். நானும் அப்படித்தான். அந்தத் தைரியத்தில்தான் உன்னிடம் பந்தயம் கட்டினேன்" என்றான் அந்த அறிவிலிக் கணவன்.

"தங்கள் குடும்பத்துப் பிரச்சனைகளைப் பிறர் முன்னால் பெரிதுபடுத்தக் கூடாது என்பதற்கு இந்தக் கதை எடுத்துக்காட்டு!"

மணமக்களுக்கு அறிவுரை வழங்குவதுபோல் நான் இதைச் சில இடங்களில் வாழ்த்துரையில் இணைத்துக் கூறியிருக்கிறேன்.

நாகையில் ஒரு திருமணம். அங்கு வாழ்த்துரைக்கச் சென்ற நன்னிலம் நடராசன் என்ற கழகப் பேச்சாளர் இந்தக் கதையை நகைச்சுவையுடன் கையொலியும் சிரிப்பொலியும் எதிரொலிக்கிற அளவுக்குச் சொல்லியிருக்கிறார்.

அதே மண விழாவுக்கு இன்னொரு பேச்சாளர் தாமதமாக வந்திருக்கிறார். அவருக்கு நன்னிலம் நடராசன் இந்தக் கதையைச் சொன்னது தெரியாது. அவரை வாழ்த்த அழைத்த போது அவரும் இதே கதையை மிகவும் அழகுபடவும் சுவையாகவும் நீட்டி முழக்கியும் சொல்லியிருக்கிறார். மக்களிடமிருந்து எந்தவிதமான வரவேற்பும் இல்லை. பலர்

எழுந்து போகத் தொடங்கினர். சிலர் கேலியாகப் புன்னகை புரிந்தனர்.

பேசி முடிந்ததும் பேச்சாளர், நடராசனைப் பார்த்து "என்ன நடராசா! கலைஞர் சொன்ன கதையைச் சொன்னேன். ஒருவரும் ரசிக்கவில்லையே?" என்று வியப்புடன் கேட்டிருக்கிறார். "அண்ணே, நான் அந்தக் கதையை முதலிலேயே சொல்லிவிட்டேன்" என்று நடராசன் சிரித்திருக்கிறார்.

ஒரு நிகழ்ச்சியில் கலந்துகொள்கிற சொற்பொழிவாளர்கள், தங்களுக்கு முதலில் பேசியவர்கள் என்ன பேசினார்கள் என்பதைக் கவனிக்க வேண்டும். நிகழ்ச்சிக்குத் தாமதமாக வர நேரிட்டால் மேடையில் உள்ளவர்களிடமாவது கேட்டுத் தெரிந்து கொள்ள வேண்டும்.

ஒருவர் பேசியதையே அடுத்தவரும் அதே நிகழ்ச்சியில் திரும்பப் பேசினால் அப்படிப் பேசுகிறவர்களுக்கு ஏமாற்றமே மிஞ்சும்.

அதிலும் குறிப்பிட்ட குட்டிக் கதைகள், உவமைகள், உதாரணங்கள் கூறுவதில் தனக்கு முன் பேசியவர் எது குறித்துப் பேசினார் என்பதைத் தெரிந்து கொண்டு பேசுவது மிக முக்கியம்.

7

உருவத்திற்கும் பருவத்திற்கும் ஏற்ற வண்ணம் பேச்சு அமைந்திட வேண்டும் என்பது கூட அலட்சியப்படுத்திடக் கூடிய கருத்தல்ல! சுமார் முப்பது ஆண்டுகளுக்கு முன்பு அறிஞர் அண்ணா அவர்களின் தலைமையிலும் என்னுடைய முன்னிலையிலும் என்று விளம்பரப்படுத்தப்பட்டு நடைபெற்ற இரண்டு நாடகங்களை இங்கே இரண்டு விஷயங்களுக்காக நான் குறிப்பிட விரும்புகிறேன்.

வடசென்னைப் பகுதியில் நடைபெற்ற ஒரு நாடகம், கட்சித் தோழர்கள் தயாரித்து நடத்திய நாடகம். ஏழைகளுக்காகப் பாடுபடக்கூடிய ஒருவன். அவன் ஊர் மடாதிபதியை எதிர்த்துப் போர்க்கொடி தூக்குகிறான். ஏழைகள் பின்தொடர அந்த எழை பங்காளன் மடத்திற்குள் நுழைந்து, தங்க பீடத்தில் அமர்ந்திருக்கும் மடாதிபதியைப் பார்த்துக் கோடையிடியென முழங்குகிறான்.

"உழைத்து உழைத்து ஓடாகத் தேய்ந்து கிடக்கும் எங்கள் தொழிலாளர் வர்க்கத்தைப் பாரும்; உண்டு ஊதி உப்பிக் கிடக்கும் உம்மைப் போன்ற மடாதிபதிகள் கொழுத்திட எங்கள் வியர்வை ஆறாக ஓடவேண்டுமோ?"

இப்படி உரை நிகழ்த்துகிறான். உணர்ச்சியுடன் ரசித்துக் கையொலி எழுப்பிட வேண்டிய அந்தக் கட்டத்தில் நாடகம் பார்த்திட அந்த மண்டபத்தில் குழுமியிருந்தோர் அனைவரும் ஏகடியமாகச் சிரித்துவிட்டனர். அண்ணாவும் புன்னகை புரிந்தவாறு என்னை நோக்கி னார். நான் சிரிப்பை அடக்கிக்கொள்ள முடியாமல் தவித்தேன்.

கையொலி பெறவேண்டிய வசனங்கள் கேலிச் சிரிப்புக்கு உள்ளானது ஏன் தெரியுமா?

ஏழை பங்காளன் எந்த மடாதிபதியைப் பார்த்து, "உண்டு-ஊதி உப்பிக் கிடக்கிறாய்!" என்று சொன்னாரோ அந்த மடாதிபதி வேடம் போட்டவர் கொத்தவரங்காய் போன்ற உடல் படைத்தவர். கூனிக்குறுகி எலும்பும் தோலுமாய்க் காட்சியளித்தார். "உழைத்து உழைத்து ஓடாகத் தேய்ந்து கிடக்கிறோம்" என்று முழங்கியவரோ வாட்ட சாட்டமாகவும் தொந்தியும் தொப்பையுமாகவும் சுமார் முந்நூறு பவுண்டு எடையுள்ளவராகத் தோற்றமளித்தார். ஒன்று வசனத்தை மாற்றியிருக்க வேண்டும், அல்லது வேடத்திற்குப் பொருத்தமாக நடிகர்களையாவது மாற்றியிருக்க வேண்டும்.

இதேபோன்ற தவறு சொற்பொழிவாற்றும் மேடைகளிலும் ஏற்படுவதுண்டு. பருமனாக உள்ள ஒருவர் ஏழைப் பாட்டாளிகளைப் பற்றிப் பேசும்போது, தன்னையும் அவர்கள் பட்டியலிலே இணைத்துக் கொண்டு,

"எங்களின் பஞ்சடைந்த கண்களைப் பாருங்கள். பசித்துக் குமுறி ஒட்டிய வயிறுகளைக் காணுங்கள். உலர்ந்த உதடுகளை நோக்குங்கள். வாடிய மேனியை மேலும் வதைக்கும் வறுமை நீங்க வழி காணுவோம் வாருங்கள்!" என்று பேசினால்; கூட்டத்திலிருப்போர் அந்த உரையில் உள்ள உணர்வை மறந்துவிட்டு, உரையாற்றுபவரின் உடலை விமர்சித்துக் கொண்டிருப்பார்.

ஏழை எளியோருக்காக வக்காலத்து வாங்கிப் பேச வேண்டுமே தவிர, பேசுகிறவர் வசதி படைத்தவராக இல்லாவிட்டாலும் கூட, தன்னையும் பஞ்சடைந்த கண்கள் கொண்டோர் பட்டியலில் சேர்த்துக்கொண்டு பேசுவது உரிய பயனைத் தராது.

புல் தடுக்கினால் கீழே விழக்கூடிய அளவுக்கு உடல் வலிவு படைத்தவர்களாக இருக்கும் பேச்சாளர்கள், அலெக்சாண்டரின் ஆற்றலை - நெப்போலியனின் அஞ்சா நெஞ்சத்தை - சேர சோழ பாண்டியர்களின் வீரவரலாற்றை விவரித்துச் சொல்வதின் மூலம் கூடியிருக்கும் மக்களைக் கவரலாம். ஆனால், அந்தப் பேச்சாளர்கள் தங்களின் உள்ளத்து உறுதியை வெளிக்காட்டுகிற அளவுக்கு வார்த்தைகளைத் தொடுக்க வேண்டுமேயல்லாமல் - தங்களின் உடல் வலிவை மிகைப்படுத்திப் பேசினால் அதனை மக்கள் ஏகடியமாகக் கொள்வார்களே தவிர, பேச்சாளரின் உணர்வுகளோடு ஒன்றிவிட மாட்டார்கள்.

உருவத்தைப் போலவேதான் பருவமும்! வயதுக்கேற்ற பேச்சாக இருக்க வேண்டும். வயது மீறிய பேச்சுக்களை ஏதோ ஒப்புக்குப் பாராட்டுவார்களே தவிர அந்தத் கருத்துக்களுக்கு உரிய மதிப்பை மக்கள் வழங்கமாட்டார்கள்.

"ஔவைப்பாட்டி ஆத்திச்சூடி இயற்றினார். அறஞ் செய விரும்பு - ஆறுவது சினம் போன்ற ஔவையாரின் அறிவுரைகளை நாம் இந்த இளமைக் காலத்தில் மட்டுமல்ல; எதிர்காலத்திலும் மறந்துவிடக்கூடாது இப்படியொரு சிறுமியோ, சிறுவனோ பேசும்போது இயற்கையாக இருக்கும். அதே சிறுமி அல்லது சிறுவன்;

"ஔவையார் என்ற பெயரில் ஒருவர் மட்டுமல்ல! வேறு சிலரும் இருந்திருக்கிறார்கள். புறநானூற்றில் இடம்பெற்றுள்ள பாடல்களைப் பாடியுள்ள ஔவை வேறு-ஆத்திச்சூடி பாடிய ஔவை வேறு இரண்டு ஔவையார்களையும் ஒருவரேயென எண்ணிக் குழப்பிக் கொள்வது கூடாது!"

எனக் கூறிவிட்டுப் புறநானூற்றுப் பாடல் ஒன்றையும் பாடிக் காட்டினால், அது இயற்கையானதாகவோ, அந்தச் சிறுமியோ சிறுவனோ உணர்ந்து பேசுவதாகவோ அமையாது.

வயது வந்தவர்கள் மட்டுமே பேசக் கூடியதை இளைஞர்கள் பேசுவதும் -வயது வந்தவர்களும், வயது முதிர்ந்தவர்கள் மட்டுமே பேசக்கூடியதைத் தங்களின் வரம்பை மீறிப் பேசுவதும் - சுவைக்கத் தக்கவைகளாக இருந்திட மாட்டா!

"கல்யாணம் பண்ணிக்கிறதே முட்டாள்தனம்! ஒரு ஆணும் பெண்ணும் ஒருத்தரையொருத்தர் விரும்பினால் அவுங்க பாட்டுக்கு ஒழுங்கா வாழ்க்கை நடத்த வேண்டியதுதான். பிடிக்கிலேன்னா ரத்து பண்ணிட்டு போக வேண்டியதுதான். கல்யாணங்கிறத்திலே என்ன புனிதம் வந்து கிடக்கு: வெங்காயம்!"

இப்படி ஆயிரக்கணக்கான மக்களுக்கு மத்தியில்-மேடையில் மணமக்களையும் அவர்களது உற்றார் உறவினர் நண்பர்களையும் வைத்துக்கொண்டு, தமிழ்நாட்டில் பெரியார் ஒருவரால்தான் பேச முடிந்தது!

அவரது வயது-உழைப்பு-தியாகம் - ஓய்வில்லாத தொண்டு கொள்கைக்கும் அப்பாற்பட்டு அவரிடம் ஆத்திகர்களும் கூடக் கொண்டிருந்த மரியாதை-இவ்வளவும் அவருக்குத் துணை நின்ற காரணத்தால் திருமண வீட்டிலேயே திருமணத்தை எதிர்த்து அவர் பேசியபோது அனைவரும் அந்தக் கருத்தை ஏற்றுக் கொள்ளாவிட்டாலும்; வெறுப்பைக் காட்டாமல் மகிழ்ச்சியுடன் ரசித்தனர். பெரியார் போலப் பேசுவதாக எண்ணிக்கொண்டு வேறு யார் அப்படி வெட்டு ஒன்று துண்டு இரண்டு என்ற பாணியில் மேடைகளில் உரையாற்றினாலும் எதிரே வீற்றிருப் போர் முகஞ்சுளிக்கவே செய்வர்.

அழகு தமிழில் வாக்கிய அமைப்புக்களோடு சொற்களை வரிசைப்படுத்திப் பேசுகிற வழக்கம் பெருந்தலைவர் காமராஜர் அவர்களுக்கு இல்லை. ஆனால் மக்களின் பிரச்சினைகளை அவரது பேச்சின் மூலம் அணுகும் முறை தனித்தன்மை வாய்ந்தது. தங்களுக்காக பேசுகிற ஒரு தலைவர் என்ற நிலையில் மக்கள் அவரது நீண்ட சொற்பொழிவுகளை ஆர்வத்துடன் கேட்பார்கள். அவரது வயது, செயல் திறன், தியாகம், உழைப்பு, செல்வாக்கு, இவை யனைத்தும் அவரது பேச்சுக்கு அடித்தளமிட்டிருந்தன. எனவே, அவரது உரையில் எளிமையே மிகுந்திருந்ததையும் மக்கள் குறையாகக் கருதாமல் - அவர் சொன்ன கருத்துக்களை மனநிறைவோடு ஏற்றுக்கொண்டனர். "பெருந்தலைவர் காமராஜரைப் போலப் பேசினேன்; மக்கள் ஆர்வத்துடன் கேட்கவில்லையே!" என்று எந்தப் பேச்சாளராவது ஆதங்கப்பட்டுக் கொள்வார்களேயானால் - அந்தப் பேச்சாளர் காமராஜராக வளரவில்லையே என்பதுதான் நமது பதில்.

8

அறிஞர் அண்ணா அவர்கள் ஒரு சொற்பொழிவாளராகத் தமிழகத்தில் அறிமுகமான தொடக்கக் காலத்திலே அவரது பேச்சில் அடுக்குச் சொற்கள் மிகுதியாக வந்து விழும். ஆனால், அந்தச் சொற்கள் எதுவும் பொருள் இல்லாமல் "அ" வுக்கு "அ" "க" வுக்கு "க" என்ற நிலையில் கையாளப்பட்டதில்லை! "மாளிகையில் இருந்த நீதிக்கட்சியை மைதானத்திற்குக் கொண்டுவந்தவர் பெரியார்" என்று அண்ணா பேசுவதின் மூலம், அந்தக் கட்சி ஏழை எளியோர்களின் கட்சியாக மாற்றப்பட்டுவிட்ட வரலாற்று உண்மையை அடுக்குத் தொடரால் விளக்கிவிடுவார். மக்கள் உள்ளம் கவர்ந்திடுவார்.

அரசியலார் 144 தடைச் சட்டம் போடுவார்களே யானால் அதனை அப்படியே தகவலாகச்சொல்லித் தாக்கிடாமல் "நாகரீக நாட்களிலே நாக்கறுக்கும் சட்டமா?" என்று மேடையிலே கேள்விக்கணை பொழிவார். இதனைக் கண்ட சிலர், தாங்களும் பேச்சாளராக அடுக்குச் சொற்களைக் கோத்துப் பேசினால் போதுமெனக் கருதினர். பேசும்பொழுது அடுக்குச் சொற்களானாலும் அழகான தமிழானாலும் தானாக வந்து பொழிந்திட வேண்டுமே யல்லாமல் அவற்றைத் தேடிப்பிடித்துப் பயன்படுத்திப் பேச முனைந்தால் பேச்சுக் கலையில் தோல்வியைத்தான் சந்திக்க நேரிடும்.

"அடக்கு முறைகளால் முடக்கி விடலாமெனத் துடுக்கு கொண்டு மிடுக்குடன் நடப்பது அடுக்குமோ என நான் ஆத்திரத்துடன் அரசாங்கத்தை அறைகூவல் விட்டுக் கேட்கிறேன்."

இது அடுக்குச் சொல்லை மட்டும் நம்பிப் பேசுகிற பேச்சு! நான் முதலில் குறிப்பிட்டதைப்போல அண்ணாவுடன் ஒரு நாடகத்துக்குச் சென்ற நிகழ்ச்சி வேறொன்றை நினைவு படுத்துகிறேன்.

தாம்பரத்திற்கருகே நாடகம்! நாடகத் தலைப்பு, "மரணப் படுக்கையில்" என்பது! நாடக விளம்பரங்கள் "மரணப் படுக்கையில் அண்ணா" என்றே சுவர்களில் ஒட்டப்பட்டிருந்தன. நாடகத்திற்கு அண்ணா தலைமை வகிப்பதைத்தான் அவ்வளவு அழகாக விளம்பரப்படுத்தி யிருந்தார்கள்.

அண்ணாவுடன் நானும் சென்றிருந்தேன். ஆரம்ப முதல் ஒரே அடுக்குச் சொல் வசனம்தான்!

"பேயனே! அந்தப் பேப்பரை எடுத்துவரச்சொன்னால், என்னமோ பிரமாதமாக நின்றுகொண்டு பிர்ம ராட்சனைப்போலப் பேந்தப் பேந்த விழிக்கிறாயே!"

இதுபோன்ற வசனங்களுக்கெல்லாம் ஒரு உச்சகட்டம் என்ன தெரியுமா?

வில்லன். கதாநாயகனைப் பார்த்து, "உன் விஷயத்தில் நான் சர்ப்பமாக இருப்பேன்" என்கிறான். உடனே கதாநாயகன் வில்லனை நோக்கி, "நான் சர்ப்பத்தையும் சாம்பார் வைத்துச் சாப்பிடுவேன்" என்கிறான். "அய்யோ அடுக்குச் சொல் படும் பாடே!" என்று அண்ணாவும் மற்றவர்களும் நினைத்துக் கொண்டோம்!

"மாற்றான் தோட்டத்து மல்லிகையிலும் மணமிருக்கும்!"

"சாலையோரத்தில் வேலையற்றதுகள். வேலையற்றதுகளின் உள்ளத்திலே விபரீத எண்ணங்கள்! வேந்தே! அதுதான் காலக் குறி!"

இப்படி எழிலார்ந்த நடைபோட்ட அண்ணாவின் அடுக்குச் சொல்லைக் கையாண்டு எல்லோரும் வெற்றி பெற்றுவிட முடியவில்லை. காரணம், அவர்கள் கையாண்ட அடுக்குச் சொற்களில் கருத்தோட்டமில்லை.

அண்ணா அவர்களே கூட, தனது பேச்சுக்களையும் எழுத்துக்களையும் மக்களுக்காகப் புரியவைப்பதில் - அவர்களது இதயங்களில் பதியவைப்பதில்- அக்கறை காட்டினாரே தவிர - வெறும் அடுக்குச் சொல்லை அடுக்கி சொல்ல வேண்டியவைகளைச் சொல்லாமல் விட்டு விட்ட குறைபாட்டுக்கு என்றைக்குமே தன்னை ஆளாக்கிக் கொண்டதில்லை.

மேடையில் பேசுவதற்கு எடுத்துக்கொள்கிற பொருள் தான் மிக முக்கியம்! பொன் கட்டியைப் போன்றது பொருள் என்றால், அதனை அணியாகச் செய்து மெருகேற்றிடுவது தான் சொற்களும் - சுவையான உவமைகளுமாகும்!

மேடையில் ஏறி நின்று வெறும் வார்த்தை ஜாலங்கள் புரிந்துவிட்டு, தனக்குத் தெரிந்த நாலு கவிதைகளை அழகாகக் கூறிவிட்டு, எந்தக் கருத்தையும் வலியுறுத்தி மக்கள் உள்ளத்தில் பதிய வைக்காமல் இறங்கிவிட்டால், ஏதோ ஒரு வாத்தியக் கருவி செய்த வேலையைத்தான் செய்ததாக ஆகும்! அந்தச் சங்கீதத்தைச் சிறிது நேரம் ரசிப்பது போலத்தான் அந்தப் பேச்சையும் மக்கள் ரசிப்பார்கள்!

இதயமற்றவரைப் போல ஒரு முதலமைச்சர் நடந்து கொண்டு, மக்கள் மீது அடக்குமுறையை அவிழ்த்து விட்டதை ஒரு

முறை, கடற்கரைக் கூட்டத்தில் அண்ணா குறிப்பிட்ட அழகே அழகு!

"நமது முதல்வருக்கு உள்ளமிருக்குமென்று நம்பினேன்! ஆனால் பாவம்; அவருக்கு உள்ளம் இருக்க வேண்டிய இடத்தில் ஒரு பள்ளம்தான் இருக்கிறது!"

"உங்கள் நாட்கள் எண்ணப்படுகின்றன!"

சட்டசபையில் விநாயகம் அவர்கள் அண்ணாவை நோக்கி இந்தச் சொற்களை வீசியவுடன்,

"என் அடிகள் அளந்து வைக்கப்படுகின்றன!" என்று அண்ணா பதில் அளித்த பாங்கினை விநாயகமே வியந்து போற்றினார்.

சட்டக் கல்லூரியில் ஒரு விழா! நானும் குமரி அனந்தன் அவர்களும் கலந்து கொண்டோம்! அவர் என்னை விளிக்கும்போது; "குறளோவியம் போல் விளிக்கிறேன் "மு.க." அவர்களே!" என்றார்.

நான் அவரை விளிக்கும்போது, "நானும் குறள்போல விளிக்கிறேன்; "அன்புள்ள குமரி" அவர்களே!" என்று கூறினேன்.

ஆசிரியர்களும் மாணவர்களும் மகிழ்ச்சி ஆரவாரம் புரிந்தனர்.

9

சென்னை புரசைவாக்கத்தில் இருபது ஆண்டுகளுக்கு முன்பு ஒரு பொதுக்கூட்டம். நானும் பேராசிரியர் அன்பழகனார் அவர்களும் கலந்துகொண்டோம். பேராசிரியர் பேச எழுந்தபோது அவரிடம் ஒரு பெண்மணி கைக்குழந்தை யொன்றைத் தந்து, பெயர் சூட்டும்படிக் கேட்டுக்கொண்டார். அது பெண் குழந்தை! பேராசிரியர் அதற்குக் "கருணாநிதி" என்று பெயர் சூட்டினார். கருணாநிதி என்ற பெயர் எல்லா மதத்தினருக்கும், ஆடவர் - பெண்டிர் இருபாலர்க்கும் பொருந்துகிற பெயர்!

ஒரு காலத்தில் ஜெயங்கொண்ட சோழபுரம் பகுதியில் திராவிடர் இயக்கம் வளர்த்த திரு. பாஸ்கரன் அவர்களின் துணைவியார் பெயர்கூட கருணாநிதிதான்! "கருணை-நிதி" அதாவது அருட் கருவூலம் - அல்லது அருட்செல்வம் இப்பெயர் எம்மதத்திற்கும் - ஆணுக்கும் பெண்ணுக்கும் பொருந்தக் கூடியதுதானே - அதனால் பேராசிரியர் சிரித்துக்கொண்டே, அந்தப் பெண் குழந்தைக்குக் "கருணாநிதி" என்று பெயர் வைத்ததும் கூட்டத்தில் குபீர் சிரிப்பு!

பின்னர் அவர் பேசி முடித்தார். நான் பேச எழுந்தேன் என்னிடமும் ஒரு தாய் தன்னுடைய பெண் குழந்தையை எடுத்துக் கொண்டு வந்து பெயர் சூட்டுமாறு கேட்டார். நான் அந்தக் குழந்தைக்கு "அன்பழகி" என்று பெயர் வைத்து - பேராசிரியர்மீது எனக்கிருந்த செல்லக் கோபத்தைத் தணித்துக் கொண்டேன்.

ஒரு பேச்சாளர் கூட்டங்களில் குழந்தைகளுக்குப்பெயர் வைப்பதில்கூட மிகுந்த கவனமாக இருக்கவேண்டும்.

ஒருவர் குழந்தையைத் தூக்கிக் கொண்டு வருவார் " பெயர் வையுங்கள் என்பார்! இன்னாருடைய குழந்தைக்கு இன்ன பெயர் சூட்டப்படுகிறது என்று ஒலிபெருக்கியில் சொல்வதற்காக அவரைப் பார்த்துக் குழந்தையின் தகப்பனார் பெயர் என்னவென்று கேட்போம்! உடனே அவர் "நான்தான்" என்பார். பரபரப்பில் பெயரைச் சொல்லத் திணறுவார். பிறகு ஒரு வழியாகத் தன் பெயரைக் கூறுவார். அவரது பெயர் அப்துர் ரகுமான் என்று இருக்கும்.

அந்தக் குழந்தைக்கு என்ன பெயரை அவர் விரும்புகிறார் - இஸ்லாம் மார்க்கத்துக்கேற்றபெயரையே விரும்புகிறாரா என்பதைத் தெரிந்து கொள்ள வேண்டும். ஆம் என்றால் ஷாஜகான் - ஜகாங்கீர் - இக்பால் - என்பன போன்ற பெயர்களில் ஒன்றை ஆண் குழந்தைக்கும், நூர்ஜகான், மும்தாஜ், கதீஜா போன்ற பெயர்களில் ஒன்றை பெண் குழந்தைக்கும் சூட்ட வேண்டும். அந்தப் பெயர்களைக் கேட்டுப் பெற்றோரும் அவர்கள் உற்றாரும் மகிழ்ச்சி அடைவர்!

பொதுவான பெயர்களைச் சூட்டுவதெனில் கதிரவன், கதிரொளி, அன்புமணி, அறிவுமணி, கனிமொழி, கயல்விழி, எழிலரசி என்பன போன்ற எல்லா மதத்தினருக்கும் பொருந்தக்கூடிய பெயர்களைச் சூட்டலாம்.

இப்படிப் பெயர் வைப்பதிலேயிருந்து கூட்டத்தில் பேசிப் பெயரெடுப்பது வரையில் பேச்சாளர்கள், மிகுந்த அக்கறையுடன் இருந்திடல் வேண்டும்.

மதுரையில் ஐந்தாவது உலகத் தமிழ் மாநாடு அ. தி. மு. க. ஆட்சியினரால் நடத்தப்பட்டது. அந்த மாநாட்டையொட்டித் திறந்து வைக்கப்பட்ட சுற்றுலா வாரிய ஓட்டலுக்கு

"இராசராசன்" என்று பெயர் சூட்டி, அதற்கான பெரிய அளவு விளம்பரங்கள் அனைத்தும் செய்யப்பட்டன. ஓட்டல் முகப்பில் "இராசராசன்" என்ற பெயர்ப் பலகையும் வைக்கப்பட்டுவிட்டது. ஆனால், திடீரென்று திறப்புவிழா நாளன்று முதலமைச்சர் எம்.ஜி.ஆர். அவர்கள் அந்தப் பெயரை அகற்றச் சொல்லிவிட்டார்.

அச்செயல் தமிழ்நாட்டு மக்கள் உள்ளத்தில் பெரும் அதிர்ச்சியை ஏற்படுத்தியது.

அச்சமயம் எனது சுற்றுப்பயண நிகழ்ச்சிகள் தஞ்சை திருச்சி, புதுக்கோட்டை மாவட்டங்களில் ஏற்பாடு செய்யப்பட்டிருந்தன. அந்த நிகழ்ச்சிகளின்போது மேடைகளில் என்னிடம் பெயர் சூட்டுவதற்காக கொண்டுவரப்பட்ட ஆண் குழந்தைகள் பலருக்கு "இராசராசன்" என்றே பெயர் வைத்தேன். உடனே கூட்டத்தினர் "இராசராசன் வாழ்க!" என முழங்கினர். பெயர் வைப்பதில் கூட மக்களின் உணர்வுகளைப் புரிந்துகொண்டு அவர் தம் இதய ஒலியை எதிரொலிக்கப் பயின்றிருக்க வேண்டுமெனில், நாட்டில் உள்ள எத்தனையோ பிரச்சினைகளில் மக்களின் கவனத்தைக் கவருவதற்கு ஏற்றவண்ணம் பேசும் கலையை வளர்த்துக் கொள்ளுதல் இன்றியமையாதது அல்லவா?

"ஈஸ்த்துகிணு போ!" என்ற சென்னை தமிழும், "எலே! வாவே!" என்ற நெல்லைத் தமிழும், "அந்தாண்டே! இந்தாண்டே" என்ற தஞ்சைத் தமிழும் "கீறியா? என்னப்பா பேப்பர் கீதா?" என்ற வட ஆற்காட்டுத் தமிழும், இவ்வாறு மாவட்டத்திற்கு மாவட்டம் மாறுகிற தமிழும் - பேசுகிறவர்கள்; மேடையில் ஏறிப் பேசினால் அவர்கள் நல்ல பேச்சாளர்கள் என்றால், எந்த மாவட்டத்தைச் சேர்ந்தவர்களாக இருப்பினும் மேடைக்கேற்ற இலக்கணத் தமிழையே பேசுவர்!

சொற்பொழிவு மேடைக்கு அத்துணைச் சக்தி உண்டு! அந்தச் சக்தியை அலட்சியப்படுத்தி, எந்தப்பேச்சாளராவது நாங்கள் பழக்கத்தில் பேசுகிற வழூஉச்சொற்களையே மேடையில் பயன்படுத்தினால் அவர்கள் நல்ல பேச்சாளர் பட்டியலில் இடம் பெறமாட்டார்கள். ஏதோ அந்தக் கூட்டத்தில் சொல்லவேண்டிய கருத்தைச் சொன்னார் என்ற அளவிலேதான், அவரது பேச்சு ஏற்றுக் கொள்ளப்படும். ஆனால், அவர் ஒரு பேச்சாளராக ஏற்றுக் கொள்ளப்பட மாட்டார்.

பேசும் பொருளில் கவனம் செலுத்துவதைப் போல பேசும் பாணியில் கவனம் செலுத்துவதைப் போல, ஒரு பேச்சாளர் உச்சரிக்கும் சொற்களும் பிழையின்றி அமைய வேண்டும் என்பதில் மிகுந்த கவனம் செலுத்த வேண்டும்.

"ல", "ள" இரண்டும் இடையினம்தான் என்பதற்காக அவர்கள் என்ன சொன்னார்கள்?" என்று ஆவேசமாகக் கேட்கும் கட்டத்தில் "அவர்கல் என்ன சொன்னார்கல்?" என்று எவ்வளவு ஆவேசமாகக் கேட்டாலும், அது மக்கள் மத்தியில் 'அபஸ்வரமாக' ஒலிக்கும் இப்படி "லகர" "ளகர"த்தை" இடமாற்றிப் போட்டுப் பேசுகின்ற சொற்பொழிவாளர்கள் பலர் இருக்கிறார்கள்.

"கன்னனைக் காணச் சென்ற குசேளன், கையில் அவள் கொண்டு சென்றான்."

எவ்வளவு பிழைகள் பார்த்தீர்களா? அவல் கொண்டு சென்றான் என்பது 'அவளாக' மாறும்போது எவ்வளவு விபரீதம்!

"ல" கரத்தை "ள" கரமாகவும்! "ள" கரத்தை "ல" கரமாகவும் "ன" கரத்தை "ண" கரமாகவும் "ண" கரத்தை "ன" கரமாகவும் மாற்றி உச்சரிக்கும் பெரும் பிழையினைத் திருத்திக் கொள்ளப் பேச்சாளர்கள் முன்வர வேண்டும். திக்குவாய் படைத்தவர்கள், தங்களின் அயராத முயற்சியால் நல்ல கருத்துக்களை ஒழுங்குபட எடுத்துச் சொல்லுகிற ஆற்றலைப் பெற்றிருப்பதைக் காண முடிகிறதல்லவா? அதனால் உச்சரிப்புப் பிழைகளைத் திருத்திக் கொள்கிற அளவுக்குப்

பேச்சாளர்கள் முயற்சியைத் தொடர்ந்து மேற்கொண்டால் வெற்றி கிட்டாமற் போகாது!

ஒரு சில பேச்சாளர்கள் தாங்கள் சொல்ல விரும்புகிற விஷயங்களை அழுத்தம் திருத்தமாகச் சொல்வதாக எண்ணிக்கொண்டு ஒரு பெரும் தவறு செய்கிறார்கள்.

"நமது மொழியைப் பற்றிச் சொல்ல வேண்டுமென்றுச் சொன்னால், நமது நாடி நரம்புகளில் எல்லாம் சூடும் சுவையும் ஏறுகிறது."

இதில் "பற்றிச்" என்பதில் "ச்" என்ற எழுத்தைத் தேவைக்கு அதிகமாக அழுத்துவார்கள். "சொல்ல வேண்டுமென்றுச் சொன்னால்" என்று தேவையில்லாமல் "ச்" என்ற எழுத்தைப் பேசும்போது பயன்படுத்துவார்கள். "நாடி நரம்பு" என்பதை "நாடி நறம்பு" என்று பல்லைக் கடித்துக்கொண்டு உச்சரித்து "நறம்புகளில்" என்று அழுத்திக்கூறுவார்கள். இவையனைத்தும் குறையுடைய சொற்பொழிவுகளேயாகும்.

ஒரு வேடிக்கை நிகழ்ச்சியைக் குறிப்பிட விரும்புகிறேன். 1957-ல் குளித்தலை தொகுதியில் வெற்றி பெற்று சட்டப்பேரவையில் அறிஞர் அண்ணா தலைமையில் ஒரு உறுப்பினராக நான் அமர்ந்திருக்கிற காலம்! சட்டப் பேரவையில் உறுப்பினர்கள் அவையின் மரபுக்குப் புறம்பான சொற்களைப் பயன்படுத்தினால், அதைச் சபாநாயகரின் கவனத்திற்குக் கொண்டு செல்ல மற்றொரு உறுப்பினர் ஒழுங்குப் பிரச்சினை யெழுப்பி சுட்டிக்காட்டலாம். அது ஒழுங்குப் பிரச்சினையா-அல்லவா என்பதைச் சபாநாயகர் தீர்மானித்து, மரபுக்கு மாறாகப் பேசிய உறுப்பினருக்கு அறிவுரை கூறுவார். அல்லது அந்தக் கருத்துக்களை சட்டமன்ற நடவடிக்கைக் குறிப்பிலிருந்து நீக்கிவிட உத்திரவிடுவார்.

1957- காங்கிரசுக்கும் தி.மு.க.வுக்கும் கடும் மோதல் இருந்த காலம். காங்கிரஸ் உறுப்பினர் ஒருவர். தி. மு . கழகத்தைச் சட்டசபையில் மிக வேகமாகக் கண்டித்துப் பேசக் கூடியவர். எனக்கு அவர்மீது மிகுந்த கோபம் உண்டு. தனிப்பட்ட முறையிலே அல்ல! அவர் பேசுகிற முறையிலேதான்! ஒரு நாள் அவரைச் சபையில் சிக்கவைக்க வேண்டுமென்று காத்துக் கொண்டேயிருந்தேன். அவர் பேசுவதற்கு அழைக்கப்பட்டார். அவருக்கு இந்த லகர-ளகரப் பிரச்சினைதான்.

"தி.மு.கழகத்தை எடுத்துக் கொல்லுங்கள்! அவர்கள் பேசுவதை எடுத்துக் கொல்லுங்கள்! உதாரணத்திற்கு திருவல்லுவரை எடுத்துக் கொல்லுங்கள்."

இப்படிப் பேசிக்கொண்டேயிருந்தார்! நான் உடனே குறுக்கிட்டு, "தலைவர் அவர்களே! ஒரு பாய்ண்ட் ஆப் ஆர்டர்!" என்றேன். அப்போது சபாநாயகர் டாக்டர் கிருஷ்ணாராவ்! தங்கமான மனிதர்! மழலைத் தமிழ் பேசக் கூடியவர்! "என்ன பாய்ண்ட் ஆப் ஆர்டர்!" என்றார்.

"பேசுகிற உறுப்பினர் ...... கொல்லுங்கள்! கொல்லுங்கள்?! என்று பலாத்காரமான வார்த்தைகளைப் பயன்படுத்துகிறாரே? அது சரியா?" என்று கேட்டுவிட்டு உட்கார்ந்தேன். உடனே சபாநாயகர் கிருஷ்ணாராவ் அந்த உறுப்பினரைப் பார்த்து "மிஸ்டர் ....அவர்களே! பலாத்காரமாகப் பேசாதீர்கள்" என்று எச்சரிக்கை செய்தார்! என் எதிரே அமர்ந்திருந்த அமைச்சர்கள் உட்பட அனைவரும் வாய்விட்டுச் சிரித்தார்கள். அந்த உறுப்பினருக்குத் தாங்கமுடியாத வெட்கம்! எனக்குப் பெரிய வெற்றி என்று எண்ணிக் கொண்டேன்.

தமிழின் தனிச்சிறப்பு வாய்ந்த "ழ" கரமும் சில பேச்சாளர்களின் வாயில் சிக்கிப் படாத பாடுபடுகிறது!

தமிழையே "தமிஷ்" என்றுகூட உச்சரிக்கிறார்கள் "வாழு! வாழவிடு என்று சொல்லக் கருதி; " வாலை ! வாலைவிடு" என்று சொல்லுகிறார்கள்.

சித்திரமும் கைப்பழக்கம் - செந்தமிழும் நாப்பழக்கம் என்பதற்கேற்ப முயற்சி எடுத்து, அத்தகைய தவறான உச்சரிப்புக்களை நீக்கிக்கொள்ள முடியும். பேச்சாளராகப் பெயர் எடுக்க விரும்புவோர் உச்சரிப்பில் சிறப்புக் கவனம் செலுத்த வேண்டும்.

"சொல்லும் கருத்துக்கள் தெளிவாக அழகான சொற்களில் தர்க்கமுறைக்கு மாறுபடாது அனுபவத்துடன் எடுத்துக்காட்டுகளோடு கேட்பவர் உள்ளத்தில் ஊடுருவு மாறு, உணர்ச்சி தோன்ற "உண்மைதான் சொல்வது" என்று கேட்பவர் உணரும்படி பேச்சு அமைந்திருக்க வேண்டும். இப்படியிருப்பதுதான் சிறந்த பேச்சு. இதுதான் பேச்சின் இலக்கணமுமாகும்" என்று பேராசிரியர் அ.கி. பரந்தாமனார் அவர்கள் அழகுபடக் குறிப்பிடுவார்.

"பேச்சு என்பது ஒரு கலை; பேராற்றல் வாய்ந்தது; முத்தொழில் புரியும் வல்லமை வாய்ந்தது. பேச்சைக் கலையாக்குவது அறிவுடைமை. மேடைப் பேச்சு, நாட்டை வளப்படுத்தும்; வாக்காளரைப் பண்படுத்தும்; சட்ட சபையைச் சீர்செய்யும்; நல்லமைச்சு அமைக்கும்" என்று தமிழ்த்தென்றல் திரு.வி.க.பொழிந்துள்ளார்.

மேடைப் பேச்சால் இவற்றையெல்லாம் காணமுடியும் என்பதற்கு பதிலாக இவற்றையெல்லாம் காணத்தக்க அளவுக்கு மேடைப் பேச்சு அமையவேண்டும் என்பதைத் தான் திரு.வி,க. அவர்கள் வலியுறுத்தியிருக்கிறார்கள் என்பதை மறந்துவிடலாகாது.

மாலையில் இசை நிகழ்ச்சியென்றால் காலையில் ஒரு முறை இசைவாணன், தன் குழுவினருடன் இல்லத்திலோ, அல்லது தங்கியிருக்கும் விடுதியிலோ எல்லாவற்றையும் சரிபார்த்துக் கொள்கிறான்.

இரவு நாடகமெனில், பல இடங்களில் நடைபெற்றுப் பழகிப்போன காட்சிகள் என்றாலுங்கூட, காலையிலோ

மாலையிலோ நடிகர்கள் தங்களது முக்கிய வசனங்களை உரக்க உச்சரித்துப் பார்த்துக் கொள்கிறார்கள்.

அதைப் போலவே பேச்சாளர்களும் தாங்கள் பேசப் போகும் கருத்துக்களை மேடைக்குப் போவதற்கு முன்பு ஒருமுறைக்கு இருமுறை வரிசைப்படுத்தி, எண்ணிப் பார்த்து அதன் பிறகு மேடையேறினால், நல்ல சொற்பொழிவாளர் என்ற வெற்றி முகட்டை விரைவில் அடையலாம்.

பேச்சுத்திறன் ஓரளவு பெற்றவர்கூட அவசரத்திலும் ஆத்திரத்திலும், நிதானமிழந்து பரபரப்புக்கு ஆட்பட்டு பல்லாயிரக்கணக்கான மக்களுக்கு மத்தியில் சொல்ல வந்ததை மறந்து, தடுமாறி, சொல்லக் கூடாததைச் சொல்லிப் பின்னர் வருந்துவதுண்டு.

பல ஆண்டுகளுக்கு முன்பு நாகர்கோயிலில் தி.மு.கழக மாவட்ட மாநாடு நடைபெற்றது. அந்த மாநாட்டை இன்றைய தி.மு.க. துணைப் பொதுச்செயலாளர் நாஞ்சிலாரும் நண்பர் ஜான் என்பவரும் முன்னின்று நடத்தினார்கள். அந்த மாநாட்டில் தஞ்சை மாவட்டத்தைச் சேர்ந்த ஒரு பேச்சாளர் பேசினார். அவர் இப்போது கழகத்தில் இல்லை. வேறு கட்சியில் இருப்பதாகக் கேள்வி.

நாட்டில் ஏற்பட்டிருந்த வறுமை நிலையைக் குறிக்க அவர் பல நிகழ்ச்சிகளைத் தொகுத்துக் கூறுவதுண்டு.
"திண்டுக்கல்லிலேயிருந்த மதிப்புக்குரிய எட்டு தோழர்கள் கத்தாழைக் கிழங்குகளைச் சாப்பிட்டுச் செத்து விட்டார்கள்" என்ற செய்தியை நான் எழுதியுள்ள இதே வாக்கிய அமைப்பில் பல கூட்டங்களில் அவர் பேசியிருக்கிறார். ஆனால் அன்று நாகர்கோயில் மாநாட்டில் பேசும்போது "திண்டுக்கல்லிலேயிருந்த எட்டுத் தோழர்கள், மதிப்புக்குரிய கத்தாழைக் கிழங்குகளைச் சாப்பிட்டுச் செத்துவிட்டார்கள்"

என்று பேசிவிட்டார். மதிப்புக்குரிய தோழர்களுக்குப் பதிலாக மதிப்புக்குரிய கத்தாழைக் கிழங்குகள் என்று 'சொல்' இடம் மாறிவிட்டது! அவசரப்பட்டுப் பேசுவதால் வருகிற வினை!

அதே மாநாட்டில் இன்னொருவர்! கவித்துவம் கொண்டவர்! அவர் காங்கிரஸ் கட்சியிலிருந்த இலக்கியப் பேச்சாளர் ஒருவரைக் கேலி செய்வதாக நினைத்துக் கொண்டு, தானே அந்த கூட்டத்தில் கேலிக்குரியவரானார்.

"அந்தக் காங்கிரஸ் இலக்கியப் பேச்சாளர், சீதையை மணக்க இராமன் அயோத்தியாபுரியில் ஜனகனின் வில்லை முறித்தான் என்று பேசினார்! பாவம்; அந்த இலக்கியப் புலிக்கு, ஜனகனின் தலை நகரம் அயோத்தியாபுரியா?அஸ்தினாபுரியா? என்று கூடத் தெரியவில்லை!" என்று ஏளனம் செய்தார்! மேடையிலிருந்து அண்ணா, நான், பேராசிரியர்,நாவலர், சம்பத், நாஞ்சிலார் அனைவரும் சிரித்துவிட்டோம். அதற்குள் நண்பர் ஆசைத்தம்பி குறுக்கிட்டு '"யோவ்! ஜனகன் தலைநகரம் மிதிலாபுரி அய்யா!" என்று திருத்தினார். அத்துடன் விட்டாரா அந்தப் பேச்சாளர்? "மன்னிக்கவும்! நான் இராமாயண ஞாபகத்தில் தவறாகக் கூறிவிட்டேன்" என்று மக்களை நோக்கிச் சொன்னார்! மாநாட்டுப் பந்தல் சிரிப்பொலியால் அதிர்ந்தது!

நினைவு இழையில் வார்த்தை முத்துக்களைக் கோப்பதற் கேற்ற நிதானத்தன்மை பேச்சாளர்களுக்கு மிக அவசியம்.

ஆங்கிலப் பேரறிவாளர் அடிசன் பதினெட்டாம் நூற்றாண்டில் புகழேணியில் இருந்தவர். அவர் ஒரு முறை "I conceive, conceive, conceive" மூன்றுமுறை மூச்சுத்திணற கூறிக்கொண்டே நின்றாராம்! "கன்சீவ்" என்பதற்கு 'நினைக்கிறேன்" என்றும் பொருள் உண்டு! "கருவுற்றிருக்கிறேன்" என்றும் பொருள் உண்டு!

அடிசன் இப்படித் திணறிக் கொண்டிருந்தபோது, எதிரேயிருந்த ஒருவர் எழுந்து "அடிசன் மூன்று முறை கருவுற்றார்! ஆனால், குழந்தையைத்தான் பெறவில்லை" என நகைச்சுவை பொங்கிடக் கூறினாராம்.

ஆங்கில நாட்டுப் பெரும் பேச்சாளரான டிசரலி, முதன் முதலில் பாராளுமன்றத்தில் பேச அஞ்சி நடுங்கினாராம்! "நான் படைக்குத் தலைமையேற்றுப் போர்க்களம் நோக்கிச் செல்ல அஞ்சிடமாட்டேன்; ஆனால் முதன் முதல் பாராளுமன்றத்தில் பேசத் தொடங்கிட நான் பெரிதும் நடுங்கினேன்" என்று கூறினாராம்! அப்படித் தோல்வி மனப்பான்மையுடன் பேச்சாளராகத் தொடங்கி, பின்னர் அவரே மனதைத் திடப்படுத்திக் கொண்டு, அச்சத்தை விரட்டி, அதற்குப் பிறகு பெரும் பேச்சாளர் என்ற கீர்த்திக் கொடியை நாட்டினார்.

12

மக்களுக்குத் தெரியவேண்டியதைப் பேசுதல்.

மக்களுக்குத் தெரிந்ததைப் பேசுதல்.

தனக்குத் தெரிந்ததைப் பேசுதல்.

தனக்குத் தெரியாததைப் பேசுதல்.

இப்படிச் சில வகைகளாகப் பேச்சுக்களைப் பிரித்துக் கொள்ளலாம். வரலாற்றுச் சொற்பொழிவு, விஞ்ஞானச் சொற்பொழிவு, இலக்கியச் சொற்பொழிவு, பொருளாதாரச் சொற்பொழிவு, இவ்வாறு தனித் தனியான சிறப்புச் சொற்பொழிவுகள் பெரும்பாலும் கருத்தரங்குகளிலேயே எடுபடும். அதற்கு ஒவ்வொரு பொருள் குறித்தும் ஆழமான நூலறிவும், அனுபவமும் பெற்றிருக்க வேண்டும். இல்லையேல் அரங்கின்றி வட்டாடுவதுபோல ஆகிவிடுமென வள்ளுவர் கூறியது பொருத்தமாகிவிடும். நிரம்பிய நூலின்றி அவைக்களம் புகுதல் கூடாது என்று திருக்குறள் திட்டவட்டமாகக் கூறுகிறது.

கருத்தரங்குகளில் மட்டுமே கூறவேண்டிய கருத்துக்களை, அந்த அரங்குகளை விட்டுப் பாமர மக்களிடமும் மெல்ல மெல்லக் கொண்டு மெல்லவேண்டும் என்பதை யாரும் மறுக்க முடியாது. ஒரு பொதுக்கூட்டத்தில் ஒரு வரலாற்றுக் குறிப்பை நினைவுபடுத்திவிட்டு, அதனைத் தான் பேச எடுத்துக் கொண்ட பொருளுக்கு துணையாக இணைப்பது, பாலில் தேன் கலப்பது போல இருக்க வேண்டும்.

"ஏழை எளியோர் தொழிலாளர் ஆகிய இயலாதோர் வர்க்கத்தைக் கசக்கிப் பிழிந்த ஜார் மன்னனின் கதி என்ன வாயிற்று? சோவியத் மண்ணில் பாட்டாளிக் கொடியைப் பறக்கவிட்ட லெனின், அதற்கென எவ்வளவு போராடினான்?

உலகப் பெரும் போரில் இட்லர், முசோலினி போன்ற சர்வாதிகாரிகளின் தாக்குதலில் இருந்து இங்கிலாந்தைக் காத்திட்ட சர்ச்சில், அடுத்து வந்த தேர்தலில் பிரதமராக முடியாமல் அவரது கட்சி தோற்கடிக்கப் பட்டது"

இப்படி சொற்பொழிவுக்குத் தக்கவாறு பொருத்தமான இடங்களில் தயிர் சோற்றுக்கு ஊறுகாய்போல வரலாற்றுக் குறிப்புக்களைப் பயன்படுத்தலாம். பொதுக்கூட்டப் பேச்சு முழுதும் வரலாற்றுக் குறிப்புக்களாகவே இருந்தால் மக்களைக் கவர்ந்து பாராட்டுப் பெற முடியாது.

அதியமான், நூறாண்டு வாழ்வளிக்கக்கூடிய நெல்லிக்கனியை ஔவைக்குக் கொடுத்தான் என்ற இலக்கியச் செய்தியைக் கூறுவதின் மூலம், அந்த மன்னன் தமிழின் பால் கொண்டிருந்த அன்பை வெளிப்படுத்தி அந்த தாய்த் தமிழைக் காப்பாற்றுவதும் வளர்ப்பதும் நமது கடமையன்றோ என்பதை நெஞ்சில் பதிய வைக்கலாம்.

சந்திரமண்டலத்தில் மனிதன் காலடிவைத்துத் திரும்பி வருகிற விஞ்ஞான உலகில் வாழுகிற நாம்; இன்னமும் குழந்தை வரம் வேண்டி அரச மரத்தைச் சுற்றுகிறோம்; இது அறியாமையல்லவா? எனக் கேட்பதற்கு விஞ்ஞானப் புதுமைகளைப் பயன்படுத்திக் கொள்ளவேண்டும்.

பொருளாதாரம் பேசுகிறேன் என்று காரல் மார்க்ஸ் எழுதிய மூலதனம் (கேபிடல்) என்ற நூலைப் பக்கம் பக்கமாகப் பொதுமக்கள் முன்னால் விவரித்துக் கொண்டிருந்தால்; இறுதியில் மேடையில் ஒலிபெருக்கியாளர்கள் மட்டுமே மிஞ்சியிருப்பார்கள். மார்க்ஸ் பிரித்துக் காட்டியுள்ள வர்க்க பேதங்களை உணர்த்தி, தொழிலாளர் வர்க்கம் உலகாள வேண்டுமென்ற உணர்ச்சியை உருவாக்க மட்டுமே பொதுக்

கூட்டங்களில் பொருளாதாரப் பிரச்சினையை விளக்க வேண்டும்.

"காண்பதெல்லாம் தொழிலாளி செய்தான். அவன் காணத் தகுந்தது வறுமையா? பூணத்தகுந்தது பொறுமையா?"- புரட்சிக் கவிஞரின் இந்தப் பாடலில் எவ்வளவு பெரிய கேள்வி எழுகிறது! "காலுக்குச் செருப்புமில்லை கால் வயிற்றுக் கூழுமில்லை; வீணுக் குழைத்தோமடா என் தோழா!" என்ற ஜீவாவின் பாட்டில் எத்துணை உருக்கமும் உணர்ச்சியும் பீறிட்டெழுகிறது!

தொடர்புடைய ஒரு பேச்சில் இடையிடையே இது போன்றவைகளைக் கையாள்வதின் வாயிலாக மக்களைப் பேச்சாளர், தமது பக்கம் இழுத்துத் தனது கொள்கைகளை அவர்கள் இதயத்தில் ஏற்றிட முடியும். மக்களுக்குத் தெரிய வேண்டியவைகளை இந்த முறையில் அளவோடு பேசவேண்டும்.

அடுத்தது, மக்களுக்குத் தெரிந்ததைப் பேசுதல்!

நீண்டகாலமாக ஒரு ஊரில் பள்ளிக்கூடமே இல்லை என்று வைத்துக் கொள்வோம். ஆற்றைக் கடக்க மக்கள் ஒரு பால வசதியின்றிக் கஷ்டப்படுகிறார்கள் என்று வைத்துக் கொள்வோம். உணவு தானிய உற்பத்தியாளர்களான உழவர் பெருங்குடியினர் உற்பத்திப் பொருளுக்குக் கட்டு படியான விலையின்றித் துயருறுவதாக வைத்துக் கொள்வோம்.

இவை போன்ற மக்களுக்குத் தெரிந்திருக்கிற - மக்களைப் பாதித்துக் கொண்டிருக்கிற பிரச்சினைகள் எவையென்பதை அந்த ஊர்க் கூட்டத்திற்குச் சென்றவுடன் கூட்ட அமைப்பாளர்களிடம் கேட்டுத் தெரிந்து கொண்டு பேச்சினிடையே அவைகளையும் குறிப்பிட்டு விளக்கமாகப்

பேசினால் பேச்சாளருடன் கூட்டத்தில் குழுமியுள்ள அந்தப் பகுதி மக்களும் ஒன்றிவிடுவார்கள்.

அதைப் போலவே அந்தப் பகுதியில் நீண்ட காலமாக இருந்த தேவைகள் நிறைவு செய்யப்பட்டிருக்குமானால் அவற்றையும் குறிப்பிடும்போது, பொதுமக்கள் தங்களுக்குத் தெரிந்த விஷயங்களை நினைவுபடுத்திக் கொண்டு பேச்சாளரின் கருத்துக்களோடு தங்களையும் இணைத்துக் கொண்டு ரசிப்பார்கள்.

சில பேச்சாளர்கள், தமக்குத் தெரிந்ததையெல்லாம் கூட்டத்தில் பேச விரும்புவார்கள். மக்களுக்குத் தெரியாததாக இருந்தால் அப்படித் தமக்குத் தெரிந்ததைப் பேசுவதில் தவறில்லை! தெரியாததற்கும், என்னதான் பேசினாலும் புரியாததற்கும் மிகப் பெரும் வேறுபாடு உண்டு!

ஒரு குக்கிராமத்துப் பொதுக்கூட்டம். மேடையில் ஒரு பட்டதாரி பேசுகிறார்.தலைமை ஏற்றிருப்பவர் ஒரு பட்டதாரி. அடுத்துப் பேச இருப்பவர் ஒரு பட்டதாரி. எதிரே குக்கிராமத்து மக்கள்.

"பெரியோர்களே! ஜூலியஸ் சீசரை புரூடஸ் குத்தியபோது: நீயுமா புரூடஸ் என்றான் சீசர்!

கிரேக்கத்து நீதிமன்றம் சாக்ரடீசுக்கு விஷக் கோப்பையைப் பரிசாகக் கொடுத்தது! ஷேக்ஸ்பியர் நாடகங்கள் இங்கிலாந்தில் மாதக் கணக்கில்-ஆண்டுக் கணக்கில் நடைபெறுகின்றன. ஆபிரகாம் லிங்கன் ஒரு தியேட்டரில்தான் சுடப்பட்டார்.

இப்படிப் பேசினால், அது மேடையில் உள்ள மற்ற பட்டதாரி பேச்சாளர்களுக்குத்தான் புரியும்! எதிரேயுள்ள மக்களுக்கு சீசர், புரூடஸ், ஷேக்ஸ்பியர் போன்ற பெயர்களே புரியாது!

13

தனக்கு என்ன விஷயங்கள் எல்லாம் தெரியும் என்பதை மேடையில் வீற்றிருக்கும் மற்ற பேச்சாளர்களுக்கு அல்லது தலைவர்களுக்கு உணர்த்துகிற பேச்சாக மட்டும் அமையாமல், எதிரே வீற்றிருக்கிற நூற்றுக்கணக்கான அல்லது ஆயிரக்கணக்கான மக்களுக்குப் பயன் படுகிற பேச்சாக அமைய வேண்டுமென்பதில் ஒரு பேச்சாளருக்கு மிகுந்த கவனம் தேவை. தனக்கும் அல்லது தன்னைப்போல் நிறைய நூல்களைப் படித்தவர்களுக்கும் மட்டுமே தெரிந்திருக்கக்கூடிய செய்திகளையோ, குறிப்புகளையோ - மக்களுக்கும் தெரியவைக்க வேண்டுமென்றால் அதற்கேற்றவாறு இடமும் - இடத்திற்கு ஏற்றவாறு எடுத்துக் கொண்ட பொருளும் இருந்திட வேண்டும்.

மாநில சுயாட்சிக் கோரிக்கையை வலியுறுத்திப் பேசவேண்டிய கூட்டம் என்று வைத்துக்கொள்வோம். அரசியல் சட்டப்படி எத்தனை அதிகாரங்கள் மத்திய அரசுப் பட்டியலில், எத்தனை அதிகாரங்கள் மாநில அரசுப் பட்டியலில், எத்தனை அதிகாரங்கள் பொதுப் பட்டியலில் - என்ற விபரங்களையும்; அரசியல் சட்டத்தின் எந்தப் பிரிவின்படி மத்திய அரசு, ஒரு மாநில ஆட்சியைக் கலைக்க முடியும் என்பதையும் அரசியல் சட்டம் தொகுத்த அறிஞர்களில் ஒருவரான அம்பேத்கார் அவர்களே அந்தச் சட்டம் தலைகீழ் மாற்றத்திற்கு உட்படுத்தப்பட வேண்டுமெனக் கருத்தறிவித்ததையும் - மாநில சுயாட்சி பற்றி இராசமன்னார் குழுவினர் ஆராய்ந்து அளித்த அறிக்கையினையும் அதைத் தி.மு.க. ஆட்சிக் காலத்தில் பரிசீலித்து சட்டமன்றத்திலேயே மாநில சுயாட்சித் தீர்மானம் நிறைவேற்றியதையும் - மாநிலங்கள் சுயாட்சித் தன்மையுடன் திகழவேண்டுமென்று பண்டித நேரு அவர்கள் வலியுறுத்திக் குறிப்பிட்டதையும் - ஆதாரங்களுடன் - தேதிகளுடன் எடுத்துச்

சொல்ல விரும்புகிற ஒரு பேச்சாளர்; அவர் சென்னையிலே ஒரு மேடையிலே நின்று பேசுகிறார் என்றாலுங் கூட - சென்னையில் எந்தப் பகுதி என்பதை நினைவில் வைத்துக் கொண்டு பேச வேண்டும்.

மாநில சுயாட்சி பற்றி மைலாப்பூர் மாங்கொல்லையிலோ - அண்ணாநகர் சாந்தி காலனியிலோ - அடுக்கிக் காட்டுகிற ஆதாரங்களை - புரசை வெள்ளாளர் தெருவிலே வாரி வழங்குகிற புள்ளி விபரங்களை - சென்னையில் எல்லாப் பகுதிகளிலும் பயன்படுத்துவது என்பது இயலாது.

மாநிலங்கள் அதிக அதிகாரங்களைப் பெறவேண்டு மென்பதற்கு அந்தப் பகுதி மக்களுக்கு எதைச் சொன்னால் மனதில் பதியுமோ, "ஆமாம் -நியாயந்தானே!" என்று சொல்லத் தோன்றுமோ அதைச் சொல்லவேண்டும்.

தனக்குத் தெரிந்ததைப் பேசவேண்டும்; தனக்குத் தெரிந்ததையெல்லாம் பேசிவிடக் கூடாது.

சில பேச்சாளர்கள் தங்களுக்குத் தெரியாததைப் பேசத் தொடங்கி இடறி விழுவார்கள். அதாவது பணத்தாலோ - அல்லது பதவியாலோ செருக்குற்றிருப்பவர்கள், தப்பித் தவறிப் பேச்சாளராகவும் இருந்தால் அதனால் விளையக் கூடிய வேதனை இது!

ஒருவர், ஒரு முக்கியமான பொறுப்பில் அமர்ந்திருப்பவர், முக்கியமானவர்கள் நிரம்பிய ஒரு அவையில் பேசினார். தமிழகத்தில் வெள்ளம் புயல் ஏற்பட்டு பல பகுதிகள் சேதமுற்றது பற்றி விவாதம் நடந்தது. அந்த முக்கியமானவர் பேசும்போது சொன்னார், "என்னுடைய சிறு வயதில் சென்னையில் பெரு வெள்ளத்தை நேரில் பார்த்தேன் " என்று. அத்துடன் நிறுத்தவில்லை. "எனக்கு ஏழெட்டு வயதிருக்கும்.

அப்போதுதான் சென்னையில் எம்டன் குண்டு விழுந்த நேரம். பெரிய மழை பெய்து ஏரிகள் எல்லாம் உடைத்துக் கொணடு சென்னை நகரமே மூழ்கிவிடும் போலிருந்தது" என்று விவரித்தார். ஒரு பெரியவர் குறுக்கிட்டு, "எம்டன் குண்டு விழுந்தது 1914-ஆம் ஆண்டில் அல்லவா?" என்றார்! "உங்களுக்குத் தெரியாது. எனக்கு நன்றாக நினைவிருக்கிறது. நான் ஏழு வயதுச் சிறுவன்" என்றார் திட்டவட்டமாக அந்த முக்கியமானவர்!

பெரும் பதவியில் இருப்பவராயிற்றே; அதனால் குறுக்கிட்ட பெரியவர் அடங்கிவிட்டார்.

உண்மை என்ன தெரியுமா? எம்டன் என்பது ஒரு கப்பலின் பெயர்! ஜெர்மானியக் கப்பல்! முதல் உலக யுத்தத்தின்போது 1914-ல் சென்னையில் அந்தக் கப்பலில் இருந்து குண்டு வீசப்பட்டது. அந்த நிகழ்ச்சியைக் கல்வெட்டில் குறித்து இன்னமும் சென்னை உயர்நீதிமன்றச் சுற்றடைப்புக்குள் வைத்திருக்கிறார்கள். அந்தக் குண்டு விழுந்தபோது தனக்கு ஏழுவயது என்று கூறியவர்; பிறந்த ஆண்டு 1917 ஆகும்!

பதவியிலிருப்பவர் உளறியதாயிற்றே! என்ன செய்ய முடியும் - எப்படியோ தந்திரமாக அந்தப் பேச்சை சபைக் குறிப்பிலிருந்து நீக்குமாறு செய்து விட்டார்கள்.

என்னையே எடுத்துக்கொள்ளுங்கள். ஒரு மருத்துவக் கல்லூரி "மாணவர் பேரவை"க்கு அழைப்பதாக வைத்துக் கொள்வோம். அங்கு சென்று இலக்கியமோ - நாட்டு நிலையோ - இப்படி ஏதாவது பொதுவான பொருள்பற்றிப் பேசினால்தான் வரவேற்பு இருக்க முடியும். எல்லாம் தெரிந்தவன் என்று என்னைக் காட்டிக்கொள்ள முனைந்து; இருதய நோய்க்கு அறுவை சிகிச்சை எப்படிச் செய்ய வேண்டும் - விபத்தில் தலையில் காயமுற்று மயங்கிய

நிலையில் இருப்பவருக்கு என்ன சிகிச்சை அளிக்க வேண்டும் - என்றெல்லாம் எனக்குத் தெரியாத விஷயங்களில் அதி மேதாவி போலத் தலையிட்டு உரையாற்றினால்; விளைவு எப்படியிருக்கும்?

இந்தக் கட்டுரையை நான் எழுதும்போது தமிழ் நாட்டில் அரைகுறையாக மதுவிலக்குக் கொள்கை அமுலாகிக் கொண்டிருக்கிறது. இருபத்தைந்து ரூபாய்க்கு எல்லோருக்கும் "மது பர்மிட்" தரப்படுகிறது. இச்சமயத்தில் தான், காஞ்சீபுரம் அரசினர் விழா ஒன்றில் நமது முதலமைச்சர் எம். ஜி. இராமச்சந்திரன் அவர்கள் ஒரு செய்தியை வெளியிடுகிறார்.

"இரண்டு நாளைக்கு முன்பு போலீஸ் ஸ்டேஷனிலிருந்து ஒரு தொலைபேசிச் செய்தி வந்தது. ஒருவன் குடித்துவிட்ட காரணத்தால் கைதாகியிருக்கிறான். அவனை ஜாமீனில் எடுக்க ஒருவர் வந்திருப்பதாகச் சொன்னார்கள். குடித்தவனை ஜாமீனில் எடுக்க வந்தால் அவனையும் கைது செய்யுமாறு உத்திர விட்டேன். அதுதான் இந்த ராமச்சந்திரன்."

செய்தியே பொய்யாக இருக்கவேண்டும். ஏனெனில், ஒரு முதலமைச்சருக்கு போலீஸ் ஸ்டேஷனில் இருந்து "போன்" வர முடியாது. அப்படியே "போன்" வந்தாலும், ஜாமீன் எடுக்க வந்த காரணத்திற்காகக் கைது செய்ய முடியாது! சட்டமும் தெரியாமல் மக்களை கவர்ந்திட பேசப்பட்ட தவறான பேச்சாகும் அது!

தெளிவாகத் தனக்குத் தெரியாத எதையும் பேசுவதால் இத்தகைய சங்கடங்கள் ஏற்பட்டுவிடுகின்றன.

14

இலக்கியப் பேச்சாளர்களின் எண்ணிக்கை குறைவாகவும், அரசியல் பேச்சாளர்களின் எண்ணிக்கை எல்லையற்றும் இருக்கின்ற காலக்கட்டத்திலே இந்தக் கட்டுரை எழுதப்படுகிறது. அரசியல் பேச்சாளர்களில் ஒருசிலரே இலக்கியப் பேச்சாளர்களாகவும் திகழ்ந்திடக் காண்கிறோம்.

இதிகாசங்களையும் புராணங்களையும் இன்றுள்ள உலகியலுக்கும் பொருந்தும் வண்ணம் இடையிடையே இலக்கிய அரசியல் சுவை கலந்து வழங்குகின்ற கதா காலட்சேபப் பண்டிதர்களும் கூட இருக்கிறார்கள்.

ஆடாமல் அசையாமல் அங்கம் சற்றுக் குலுங்கிட லாவகமாக நாலாப்புறமும் திரும்பியவாறு கடல்மடை திறந்தாற்போலத் தமிழ்ச் சொற்களைக்கொண்டு புராணக் கதைகளைப் பலமணிநேரம் சலிப்புத்தட்டாமல் மன்றங்களில் கூறுகிற ஆற்றல் வாய்ந்தவர்களில் கிருபானந்தவாரியார் ஒருவர்.

அங்க அசைவுகளும் முகபாவ மாற்றங்களும் வார்த்தைகளிலும் குரலிலும் திடீர் ஏற்ற இறக்கங்களும் இருக்குமெனினும் கவர்ச்சியாக இதிகாசக் கதைகளையும் இலக்கியங்களையும் நீண்ட நேரம் எடுத்துரைக்கக் கூடியவர்களில் ஒருவராகப் புலவர் கீரன் விளங்குகிறார்.

புலவர் குழந்தை எழுதிய இராவண காவியத்தைப் பற்றிய சிறப்புக் கூறுகளைப் பல நாட்கள் தொடர்ந்து உரையாற்றித் தமிழ் கற்றோர் நெஞ்சங்களில் நண்பர் சிலம்பொலி செல்லப்பன் இனிப்பு பெருக்கெடுக்கச் செய்தார்.

சிலப்பதிகாரத்தைப் பல நாட்கள் மன்றத்தினர்களித் திடுமளவுக்கு விமர்சித்து வெற்றி கண்டார் சிலம்புச் செல்வர் ம.பொ.சி.

கம்யூனிஸ்டுக் கட்சித் தலைவர்களில் ஒருவராக விளங்கிய அண்ணன் ஜீவானந்தம்; எரிமலை போன்ற அரசியல் பேச்சாளர் என்பது மட்டுமல்ல - கம்பனின் கவி நயம் பற்றிச் சில மணிநேரம் சுவைபடச் சொற்பெருக் காற்றக் கூடியவராகவும் இருந்தார்.

கம்பராமாயணம் பற்றி எழுந்த சர்ச்சையில் பெரும் புலவர்களான நாவலர் சோமசுந்தர பாரதியாருடனும் - சேதுப்பிள்ளையுடனும் சொற்போர் நிகழ்த்தியபோது அறிஞர் அண்ணா அவர்களின் இலக்கியப் புலமை எப்படி ஒளிவிட்டது என்பதை நாடறியும்.

அரசியல் பேச்சாளர்களின் எண்ணிக்கை பெருகியிருக்கிறது. ஆனால், அவர்களில் இலக்கியமுணர்ந்தோர் எண்ணிக்கை, மகிழ்ச்சியூட்டுவதாக இல்லை. வரலாறுகளையாவது ஆழமாகப் படித்திருக்கிறார்களா? அந்தத் தொகையினரும் குறைவே! பல பேச்சாளர்கள் மாற்றுக் கட்சியினரைத் தரக்குறைவாகத் திட்டிப் பேசவே மட்டும் தங்களைப் பழக்கிக் கொண்டு மேடையேறிவிடுகின்றனர்.

கடுமையாக - காரசாரமாகப் பேசுவது என்பது வேறு !

தரக்குறைவாக ஆபாசமாக - அருவருக்கத்தக்க முறையில் பேசுவது என்பது வேறு!

கடுமையான சொற்களைப் பயன்படுத்த வேண்டிய தவிர்க்க முடியாத சூழ்நிலை ஒரு பேச்சாளருக்கு ஏற்படக் கூடும். மாற்றுக் கட்சி மேடையில் பேசிய ஒருவர் ஏதாவது அவதூறு

ஒன்றைப் பரப்பிவிட்டு அதை நிரூபிக்கவேண்டிய பொறுப்பை ஏற்றுக்கொள்ளாமல்; அப்படிப் பிறர் மீது வேண்டுமென்றே திட்டமிட்டுப் புழுதி வாரித் தூற்றுவதையே தனது தொழிலாகக் கொண்டிருக்கக் கூடும். அதனால் பாதிக்கப்படக்கூடிய ஒரு பேச்சாளர் அல்லது அந்தப் பேச்சாளர் சார்ந்துள்ள அரசியல் கட்சி மேடையில் அதற்குப் பதில் அளிக்கும்போது கடுமையான கண்டனம் தவிர்க்க முடியாததாகி விடக்கூடும்.

ஒருமணி நேரப் பேச்சில் அப்படிக் கடுஞ்சொல் கூறிக் கண்டிப்பது ஓரிரு விநாடிகளே இருக்கவேண்டுமே தவிர, முழுப் பேச்சும் கடுஞ்சொற்களின் கோர்வை ஆகிவிடுமேயானால் ஒருக்கணம் மின்வெட்டுப்போலப் பளிச்சிட்டுத் தெறித்த அந்தக் கடுஞ்சொல்லுக்குரிய மதிப்பு இல்லாமல் போய்விடக் கூடும்.

அரசியல் மேடைகளில் கடுஞ்சொற்கள் இருதரப்பிலிருந்தும் கணைகளாகக் கிளம்பலாம். அதற்காகப் பேச்சு முழுமையுமே கடுஞ்சொற் களஞ்சியமாகவும் ஆபாசக் குட்டையாகவும் அமைந்திடுமேயானால்; விரைவில் அந்தப் பேச்சாளர்களும் இருக்குமிடந் தெரியாமல் போய்விடுவர்; அவர்கள் சார்ந்துள்ள கட்சிகளும் சிறப்பு குன்றிச் செயலிழந்து நின்றுவிடும்.

மேடையில் மக்களின் பிரச்சினைகளை ஒன்றோடொன்று தொடர்புபடுத்தி எடுத்து வைக்கவேண்டும். அவ்வப்போது எழுகின்ற விவாதத்திற்குரிய விஷயங்களை அவரவர் கட்சிக் கண்ணோட்டத்திற்கேற்ப மக்களிடம் விளக்கிட வேண்டும். பல்வேறு அரசியல் கட்சிக் கொள்கைகளுக்கும் தனது கட்சிக் கொள்கைகளுக்குமுள்ள வேறுபாடுகள் பற்றியும், உடன்பாடுகள் பற்றியும் வாதங்களை அடுக்கிட வேண்டும். நாட்டில் பற்றி எரிகிற ஒரு முக்கியமான பிரச்சினையைத்

தனது கட்சி எவ்வாறு அணுகுகிறது என்பதைத் தெளிவாக மக்களிடம் கூறவேண்டும்.

இவ்வளவையும் விட்டுவிட்டு, மேடையில் ஏறியதும் தனது கட்சித் தலைவனுக்கு ஒரு பகுதி நேரம் பாராட்டு - மறு பகுதி நேரம் மாற்றுக் கட்சித் தலைவர்களுக்கு ஆபாச அர்ச்சனை - என்ற நிலையில் பேச்சாளர், தனது சொற்பொழிவை அமைத்துக்கொண்டால்; கூட்டத்தில் மேடைக்கருகே இருக்கிற தனது கட்சிக்காரர்களின் கைதட்டலை மட்டுமே பெறமுடியும். பொதுவான மக்களின் பாராட்டு அந்தப் பேச்சுக்குக் கிடைக்காது.

"வசவு" ஒன்றையே தனது பேச்சுப் பாணியாக ஆக்கிக் கொண்டவர்களில் பல பேர், அடிக்கடி அரசியல் கட்சிகள் பலவற்றுக்குத் தாவுகிறவர்களாகவும் இருந்திடக் காண்கிறோம். கொள்கை, இலட்சியம், எந்த அடிப்படையும் இல்லாத சந்தர்ப்பவாதிகள் அவர்கள்! பேச்சால் மட்டுமே பிழைப்பு நடத்துகிறவர்கள். அவர்கள் கட்சி மேடையானாலும் - அல்லது யார் வீட்டுத் திருமண மேடையானாலும் - அல்லது எந்தப் பொது நிகழ்ச்சியானாலும் - சுற்றுச் சூழல் பற்றிக் கவலை கொள்ளாமல்; தரக்குறைவான, ஆபாசமான, மிகத் தீவிரவாதிகளைப் போலக் கடுமையான வார்த்தைகளை வாரியிறைப்பர்.

சில நாட்கள் கழித்துப் பார்த்தால், அதே பேச்சாளர் வேறு மேடையில் -வேறு கட்சியில்! அதன்பிறகு சில வாரங்கள் சென்று பார்த்தால், அதே பேச்சாளர், இன்னொரு கட்சியில் - இன்னொரு மேடையில் ! இப்படியே அவர்கள் பல கட்சிகளுக்குப் பாய்ந்து மக்களின் மதிப்பீட்டில் மிகக் கேவலமாகத் தேய்ந்து போய்விடுகிறார்கள்.

நடைமுறைகள் கொள்கை மாறுபாடுகள் - இவை காரணமாகக் கட்சி மாற்றங்கள் ஏற்படுவதற்கும்; எங்கே சென்றால் வசதியும் பிழைப்பும் தொய்வின்றிக் கிடைக்கும் என்று திட்டமிட்டுச் செயல்படுவதற்குமுள்ள வேறுபாட்டை உணர்ந்துள்ள மக்கள்; அத்தகைய பேச்சாளர்களுக்கு அல்லது எழுத்தாளர்களுக்குத் தரவேண்டிய மரியாதையைத்தான் தருகிறார்கள்.

நல்ல கெட்டியான அடித்தளத்தில் கட்டப்படும் மாளிகையைப் போலவே, அழுத்தமான குறிக்கோளுடன் பேச்சாளர்களும் தங்கள் பொதுவாழ்க்கையை உருவாக்கிக் கொள்ளவேண்டும்.

எந்த ஒரு அரசியல் கட்சியின் பேச்சாளராக இருந்தாலும் - அவர் தனது பேச்சின் வாயிலாகத் தனது கட்சிக்கு வலிவு தேட முனைவது போலவே தனது செயல் முறைகள் வாயிலாகவும் வலிவு தேடவேண்டும்.

நான் பதினைந்து வயதுச் சிறுவனாக இருந்தபோது நடந்த ஒரு நிகழ்ச்சி! திருவாரூரில் ஒரு பொதுக்கூட்டத்தில் உருக்கமும் உணர்ச்சியும் பொங்கிட ஒரு பெரியவர் முழங்கினார். மக்கள் எழுச்சியுடன் அவர் பேச்சைக் கேட்டனர். மறுநாள் அதிகாலையில் நான் நண்பர்களுடன் திருவாரூர் ஓடம் போக்கி ஆற்றுமணலில் நடந்து சென்று கொண்டிருந்தேன். எதிரே மணலில் ஒரு மனித உருவம் ஆடை குலைந்த நிலையில் படுத்திருந்தது. அருகே சென்று பார்த்தோம். முதல் நாளிரவு மேடையில் முழங்கிய அதே மனிதர்தான். நன்றாகக் குடித்துவிட்டு ஆற்று மணலில் உருண்டு கிடக்கிறார். அந்தக் காட்சியை பார்க்கிறவர்கள் அவரை மட்டுமல்ல; அவர் எந்தக் கட்சிக்காகப் பேச வந்தாரோ - அந்தக் கட்சியையும் கடுகளவாவது மதிப்பார்களா?

15

இரவு பொதுக் கூட்டத்திலே ஆயிரக்கணக்கான மக்களிடையே முழக்கம். காலையில் ரயிலடிக்கோ அல்லது பேருந்து நிலையத்துக்கோ அந்தப் பேச்சாளர் வழியனுப்பி வைக்கப்பட அழைத்துச் செல்லப்படுவார். அவர் விரல்களின் இடுக்கில் சிகரெட்! வாய்வழி மூக்குவழியே புகை மண்டலம்! முதல்நாள் பொதுக்கூட்டத்தில் பார்த்துக் களித்துப் பாராட்டியவர்களில் ஒரு சிலர் அந்த இடங்களில் இருந்து பேச்சாளரைக் காண நேர்ந்தால் அவர்மீதுள்ள மரியாதையும் மதிப்பும் சிறிது குறையத்தான் செய்யும்.

நாலு பேருக்கு மத்தியில் சிகரெட் விஷயத்தில் கூட எவ்வளவு கட்டுப்பாடு வேண்டும் என்று கூறுகிறபோது - மற்ற விஷயங்களைப் பற்றி விவரிக்கத் தேவையில்லை.

இந்த ஒன்றிரண்டு எடுத்துக்காட்டுகளே போதுமென நம்புகிறேன். தான் ஈடுபாடு கொண்டுள்ள இயக்கத்திற்காக தான் ஏற்றுக் கொண்டிருக்கிற கொள்கைக்காக சில பழக்க வழக்கங்களைத் தியாகம் செய்ய வேண்டியதுதான் என்ற முனைப்பும் உறுதியும் அந்த இயக்கத்தின் பேச்சாளர்களுக்கு மிகமிகத் தேவை.

எந்த ஒரு கட்சியிலும், அல்லது பெருங் குழுவிலும் பேச்சாளர்களுக்கென்று தனிச் சிறப்பு உண்டு. தொண்டர் குழாம் அவர்களைச் சுற்றியிருக்கும். அந்தத் தொண்டர்கள் அமைத்துத் தருகிற மேடையிலேதான் நாம் பேச்சாளராக ஒளிவிடுகிறோம் என்ற உணர்வு பேச்சாளர்களுக்கு இருந்திட வேண்டும்.

பேச்சாளர்கள், ஒரு இயக்கத்தின் அல்லது பெருங் குழுவின் எஜமானர்களாகத் தங்களை எண்ணிக்கொண்டு, தொண்டர்களை வேலைக்காரர்களைப் போலக் கருதி நடத்தக் கூடாது. தோழமை உணர்ச்சி பெருக்கெடுத் திடல் வேண்டும்.

தொண்டன் உண்டியல் குலுக்கி, ஒரு காசு இரு காசு என சேர்த்து பேச்சாளருக்கு வழிச்செலவுக்குப் பணம் அனுப்பி, விளம்பரச் சுவரொட்டியடித்து இரவு பகல் கண் விழித்து அவன் கையாலேயே பசை தடவி அவைகளை ஒட்டி கம்பங்களிலும் மரங்களிலும் ஆபத்தை மறந்து ஏறித் தோரணங்கட்டி, மேடை போட்டு, ஒலி பெருக்கி அமைத்து இறுதியாகப் பேச்சாளர் வரவில்லை என்ற செய்தி கேட்டால் எப்படிச் சோர்ந்து போவான் என்பது, தொண்டர்களாக இருந்து இயக்கம் வளர உழைத்தவர்களுக்கும் - உழைப்பவர்களுக்கு தான் தெரியும். அத்தகைய ஏமாற்றங்களைப் பேச்சாளர்கள், தங்கள் கட்சித் தொண்டர்களுக்குத் தருவது கூடாது. தவிர்க்க முடியாத எதிர்பாராத நியாயமான காரணங்கள் இருந்தாலன்றி, ஒப்புக்கொண்ட நிகழ்ச்சிகளை ரத்து செய்வது கூடாது.

என் தந்தை இறந்து எரியூட்டல் நடந்த அன்று மாலை தஞ்சை மாவட்டத்தில் திருவாஞ்சியம் என்னும் ஊரில் ஒத்துக்கொண்டிருந்த கூட்டத்திற்குத் தவறாமல் சென்று வந்தேன்.

முதல் மனைவி பத்மா, மரணப் படுக்கையில் கடைசி மூச்சு இழையோடக் கண்மூடிக் கிடந்தபோது, ஒப்புக் கொண்டிருந்த புதுக்கோட்டை கூட்டத்திற்குச் சென்று விட்டு இரவோடு இரவாக ஒரு லாரியில் ஏறி திருவாரூர் வந்து சேர்ந்தேன்; அவள் என்னைப் பிரிந்து நீங்காத் துயில் கொண்டுவிட்டாள் என்ற செய்தியைக் கேட்க!

இப்படிப் பல நிகழ்ச்சிகள் என் பொது வாழ்க்கையில்!

பெரியாரிடம் கற்ற பாடங்களில் இந்தக் கடமை தவறாத பயிற்சியும் ஒன்று!

கடுகுபோல் ஒரு காரணம் கிடைத்தாலும் அதை வைத்து நிகழ்ச்சிகளை ரத்து செய்துவிடுகிற பேச்சாளர்களை இன்று காணும்போது, என்னைப் பற்றிச் சில குறிப்புகளைச் சொல்ல நேர்ந்தது.

பேச்சாளர்களைக் கூட்டத்திற்கு அழைக்கிறவர்கள் சிலரும், கூட்டம் முடிந்தபிறகு அவர்களைத் திண்டாடித் தெருவிலே நிற்குமாறு விட்டுச் செல்லுகிற நிகழ்ச்சிகளும் இல்லாமல் இல்லை.

எல்லாக் கட்சிகளிலுமே ஊடுருவியுள்ள இந்தக் குறைபாடுகளைப் பேச்சாளர்களும் கூட்ட அமைப்பாளர்களும் நீக்கிக்கொள்ள வேண்டும்.

மேலவைத் தலைவராக விளங்கிய அண்ணன் சி. பி. சிற்றரசு, சுயமரியாதை இயக்கத்தின் சூறாவளி, தன்மான இயக்கத் தளகர்த்தர் அண்ணன் அழகிரிசாமி ஆகியோர் கூட்டத்தில் தங்கள் பேச்சை முடிக்கும்போது: மேடையில் இருக்கும் கட்சியின் செயலாளரது கைகளைக் கெட்டியாகப் பிடித்தவாறே - மக்களைப் பார்த்து - "இவ்வளவு நேரம் சொன்னவற்றை நீங்கள் ஆழ்ந்து சிந்தித்து ஒரு முடிவுக்கு வாருங்கள்!" என்று கேட்டுக்கொண்டே மேடையிலிருந்து இறங்குவோம் என்று அவர்களே பலமுறை சொல்லக் கேட்டிருக்கிறேன். இல்லாவிட்டால் திரும்பி ஊருக்குச் செல்ல வழிச்செலவுப் பணத்திற்கு என்ன செய்வது? யாரைத் தேடுவது ? அதனால்தான் செயலாளர் கைகளை அன்போடும்

பாசத்தோடும் கெட்டியாகப் பிடித்துக்கொண்டு பேச்சை முடிப்பார்களாம்!

"இதோ இந்தத் தம்பியிருக்காரே; உங்க ஊர் செயலாளர் தங்கக் கம்பி! நல்ல உழைப்பாளி. இவருடன் நீங்கள் ஒத்துழைத்து இந்த ஊரை நமது கட்சிக் கோட்டையாக்க வேண்டும்."

இவ்வாறு செயலாளரை மக்களுக்கு அறிமுகப்படுத்துவது போல, ஆளை விடாமல் கூட்டம் முடிந்ததும் வழிச் செலவுக்கு வாங்கிக் கொண்டு ஊர் திரும்பிட எத்தகைய தந்திரம் கையாள வேண்டியிருந்திருக்கிறது! அதுவும் அந்தக் காலத்தில் பெரும் புகழ்பெற்ற அந்தப் பேச்சாளர்களுக்கே சில இடங்களில் அப்படிப்பட்ட ஒரு நிலை!

16

எத்தனை நிகழ்ச்சிகளை எடுத்துக் காட்டினாலும் எப்படியெல்லாம் பல பேச்சாளர்கள் புகழ்க்கொடி நாட்டியிருக்கிறார்கள் என்று எடுத்துரைத்தாலும் - பேச்சாளர்களாக வளருகிறவர்கள், அவரவர்களுக்கென ஒரு தனிப் பாணியை அமைத்துக்கொண்டே வளருகின்றனர்.

அவர்களுடைய மேடைப் பேச்சின் வெற்றிக்கு ஓரளவு பயன்படும் என்ற நல்லெண்ணத்தின் அடிப்படையிலேயே இந்தக் கட்டுரை எழுதப்பட்டது!

இந்தச் சிறிய தொடர் கட்டுரையை எழுதத் தொடங்கியவுடனேயே, ஆர்வமிகுதியால் அருமை நண்பர் கணியூர் பரூக் என்பார் பேச்சுக்கலை குறித்துப் பல்வேறு வெளிநாட்டு அறிஞர் பெருமக்கள் கூறியுள்ள கருத்துக்களைத் தொகுத்து எழுதி எனக்கு அனுப்பி வைத்தார்.

அவற்றில் சிலவற்றை இங்கே குறிப்பிட விரும்புகிறேன்:

"நீங்கள் கூட்டத்தில் எதைப் பேச வேண்டுமென்று விரும்புகிறீர்களோ அதை அப்படியே எழுதி ஆஸ்திரேலியாவுக்கு உங்கள் சொந்தச் செலவில் தந்தி கொடுப்பதாகக் கருதிக்கொள்ளுங்கள். சொல் ஒன்றுக்கு ஐந்து ரூபாய் கொடுப்பதாக இருந்தால், அவசியமில்லாத சொற்களை நீக்கி விடுவீர்கள் இல்லையா? மீதியுள்ள அவசியமான சொற்களே நீங்கள் பேசத் தகுதிபெற்ற சொற்கள்."

"ஸ்மீட்"

"ஆழ்ந்த கருத்து வளம் இல்லாதவர்களே பேச்சை வீணாக வளர்த்திக்கொண்டே போவார்கள்."

"மாண்டஸ்கியூ"

"பேச்சுக் கலையின் நோக்கம் உண்மையை எடுத்துக் கூறுவது மட்டுமல்ல - மக்களை இணங்க வைப்பதும் முக்கிய நோக்கமாகும்."

"மெக்காலே"

"மேடைப் பேச்சில் எதிரிகளை இழித்துக் கேவல மாகவும் தரக்குறைவாகவும் புகார் கூறிப் பேசாதே! சிறிய விஷயத்தை விரிவுபடுத்திக் கொண்டிருக்காதே."

"டிஸ்ரேலி"

"கோழி முட்டையின் மீது சதா அடைகாத்துக் கொண்டிருப்பது போல, நீ பேச எடுத்துக்கொண்ட விஷயத்தைப்பற்றிச் சதா சிந்தித்துக் கொண்டேயிருந் தால், கோழியின் முட்டையிலிருந்து குஞ்சுகள் கிளம்புவது போல, புதிய கருத்துக்கள் துள்ளிவரும்."

"பிரௌன்"

"மெருகோடும் கச்சிதமாகவும் பேசவேண்டுமென்று விரும்புகிறவர்கள், சிறந்த பேச்சாளர்களின் சொற்பொழிவுகளை அடிக்கடி கேட்கவேண்டும். நூல்களையும் உயர்ந்தோர் கருத்துக்களையும் நிறையப் படிக்க

வேண்டும். முடியாவிட்டால் மேடையில் பேசாதிருப்பது நலம்."

"செஸ்டர்பீல்டு"

"அருமையாகப் பேசும் சொல் வல்லோன் உண்மையைப் பேசாவிட்டால் அவனைக் காட்டிலும் மோசமான மனிதன் இருக்க முடியாது."

"கார்லைல்"

"புலியின் சீற்றத்தையும் புஜபலமிக்க வீரனின் சினத்தையும் தணிக்கக் கூடிய சிறப்பியல்பும் பேச்சுக் கலைக்கு இருக்க வேண்டும்."

"ஷெல்லி"

"உணர்ச்சி பாவமே சொற்சுவைக்கு ஆதாரம். எதுவும் தெரியாதவனின் கண்களைக்காட்டிலும், காதுகள் மிகவும் கூர்மையானவை!"

"ஷேக்ஸ்பியர்"

நாவன்மையின் சிறப்பு குறித்து நண்பர் ஏ. சுவாமிநாதன் என்பவர் சில பொன்மொழிகளைத் தொகுத்து அனுப்பியுள்ளார். அவை வருமாறு:

"நாவானது மூன்று அங்குல நீளமுடையது, எனினும், ஆறு அடி உயர மனிதனையும் கொல்லக் கூடியது."

ஜப்பானியப் பழமொழி

"பெண்ணின் வாள், அவளுடைய நாவே. அதைத் துருப்பிடிக்கும்படி அவள் விடுவதில்லை."

சீனப் பழமொழி

"உன் நாவைக் காப்பாற்று! உன் நண்பனைக் காப்பாற்றுவாய்."

இந்தியப் பொன்மொழி

"மனிதன் தன் நாவினால் பிடிபடுகிறான்."

ருசியப் பொன்மொழி

"நாவில் எலும்புகள் கிடையாது. ஆனால், அது எலும்புகளை நொறுக்குகிறது."

அல்பேனியப் பொன்மொழி

அறிஞர் பெருமக்களின் கருத்துகள், பல்வேறு நாட்டுட் பொன்மொழிகள் நாவன்மையின் பெருமையையும் அதனை எவ்வளவு முறையாகப் பயன்படுத்த வேண்டு மென்பதையும் வலியுறுத்திக் கூறியிருக்கின்றன.

"சொல்லுக சொல்லைப் பிறிதோர் சொல் அச்சொல்லை
வெல்லுஞ் சொல் இன்மை அறிந்து"

வேறொரு சொல்லால் நமது சொல்லை வெல்ல முடியாது என்பதை அறிந்து - அப்படி ஆய்ந்து அறிந்து தேர்ந்த சொல்லைக் கொண்டுதான் நமது கருத்தை விரித்துரைக்க வேண்டுமென்று வள்ளுவர் திட்டவட்டமாகத் தெரிவிக்கிறார்.

அதனால்தான் "நாநலம் என்னும் நலனுடைமை" என்று போற்றுகிறார்; நாவன்மையெனப்படும் நலம் ஒரு வகைச் செல்வமாகும் என்று புகழ்கிறார்.

17

மேடையில் நின்று பேசும்போது, அந்தக் கூட்டத்தில் குழுமியிருப்போரில் தொண்ணூற்றி ஐந்து சதவிகிதத்திற்கு மேல் தன்னைக் கூர்ந்து கவனித்துக் கொண்டிருக்கிறார்கள் என்பதைச் சொற்பொழிவாளர் மறந்துவிடக் கூடாது.

பேசுவதற்கு அழைக்கப்பட்டவுடன் ஒலிபெருக்கியின் முன்னால் வந்து நின்றுகொண்டு வேட்டியைக் கட்டிச் கொண்டிருப்பார்கள் சிலர். வாயில் அதுவரையில் குழப்பிக் கொண்டிருந்த வெற்றிலைபாக்கு எச்சிலைத் துப்புவார்கள் சிலர்.

இருமிக் கனைத்துக் கொண்டு பேசத் தொடங்காமலே நிற்பார்கள் சிலர். ஒலிபெருக்கி அமைப்பாளரிடம் அந்தச் கருவியைச் சரியாக வைக்குமாறு கூறிக் கடுமையான சொற்களைப் பயன்படுத்துவார்கள் சிலர்! அந்தச் சொற்கள் ஒலிபெருக்கி வழியாகக் கூட்டத்தினர் காதுகளிலே விழுந்து கூட்டத்தினர் பேச்சாளர்மீது ஒருவிதமான அதிருப்தியை உருவாக்கிக் கொள்ள வழி வகுப்பதும் உண்டு!

சில பேச்சாளர்கள், மாலைக்காகக் காத்துக் கொண்டிருந்து, மாலை கழுத்திலே போடப்படுகிற நேரத்திலே புகைப்படக்காரர் படம் எடுக்கிறாரா என்பதிலே ஆர்வம் காட்டி, எடுத்த எடுப்பிலேயே மக்களின் கேலிக்குரியவரா ஆகிவிடுவார்கள்.

ஒலிபெருக்கியின் முன்னால் நின்றுகொண்டிருக்கும் பேச்சாளர் தனது பேச்சை முடிக்கும்வரையில் அந்த மேடைக்குரிய மரியாதையையும் பேச்சுக் கலைக்குரிய

மதிப்பையும் பாதுகாக்கவும், போற்றிடவும் கடமை பட்டவராவார்.

பேசிக் கொண்டிருக்கும்போது கூட்டத்தில் யாராவது ஓரிரு சிறுவர்கள், சிறுமியர்கள் எழுந்து செல்வதற்கு முயன்றிடக் கூடும். பேசுகிறவர், அதைக் கவனிக்காதது போலப் பேசிக்கொண்டிருக்க வேண்டுமே தவிர, "ஏய் யாரது! உட்காரு! இந்தாப்பா! அந்த சனியன்களை விரட்டு!" இப்படி ஏதாவது ஆத்திரத்தில் கூறிவிட்டால் அந்தப் பேச்சாளரின் தரம் மிகவும் தாழ்ந்துவிடும்.

நான் மேடையேறி பேசிய தொடக்கக் காலத்தில் ஆதிராவிடர் காலனிகளில் நிறையக் கூட்டங்களில் கலந்து கொண்டிருக்கிறேன். ஒருமுறை இரவு பத்து மணிக்கு ஒரு காலனியில் நானும் ஷம்சுதீன் என்ற நண்பர் ஒருவரும் பேசுவதற்காகச் சென்றிருந்தோம். இருநூறு பேர் அளவுக்குக் கூடியிருந்தனர். ஷம்சுதீன் என்னைவிட மூத்தவர்! என்னைவிட அரசியல் அனுபவம் கொண்டவருங்கூட! திருவாரூர் நாலுகால் மண்டபத்திற்கருகில் உள்ள ஆதிதிராவிடர் காலனியில்தான் அந்தக் கூட்டம்! ஷம்சுதீன் பேசத் தொடங்கினார். கூட்டத்தில் எதிரே ஒரு வயதானவர் ஆர்வத்துடன் அமர்ந்திருந்தார். பேச்சுக்களை சுவைத்துக் கேட்டுக் கொண்டிருந்தார்.

ஆனால், அந்தப் பெரியவருக்கு இருமல் தொல்லை! அடிக்கடி இருமிக் கொண்டிருந்தார். அவர் இருமுவதால் தனது பேச்சுக்கு இடையூறு ஏற்படுவதை ஷம்சுதீன் அவர்களால் சகித்துக்கொள்ள முடியவில்லை. இரண்டு மூன்று முறை அந்தப் பெரியவரைப் பார்த்து "சூ! சும்மா கிட!" என்று அவர் சீறினார். பாவம், அந்தப் பெரியவரால் இருமலை நிறுத்தவும் முடியவில்லை. கூட்டத்திலிருந்து வெளியேறவும் இல்லை.

மீண்டும் ஒருமுறை அந்தக் கிழவர் இருமியதுதான் தாமதம்: ஷம்சுதீன் திடீரென மேஜைமீது இருந்த சூடான தேநீரை எடுத்து அந்தக் கிழவரின் தலையில் கொட்டிவிட்டார்.

அந்த நிகழ்ச்சி, கூட்டத்தில் பெரும் பரபரப்பை ஏற்படுத்தவே - நானும் மற்ற நண்பர்களும் அனைவரையும் அமைதிப்படுத்த வேண்டியிருந்தது.

பேச்சாளர்கள், எத்தகைய இடையூறுகளுக் கிடையிலேயும் அவற்றைப் பற்றிக் கவலைப்படாமல், தாங்கள் எடுத்துச் சொல்ல வேண்டிய கருத்துக்களிலேயே நாட்டம் செலுத்திட வேண்டும். அதே சமயத்தில் கூட்டங்களை ஏற்பாடு செய்கிறவர்களும், மேடையிலும், மேடையைச் சுற்றிலும் தொண்டர்கள் வாயிலாக ஒழுங்கை நிலைநாட்டுவதற்கான முன்னேற்பாடுகளைக் கவனித்திடவேண்டும்.

மக்களால் ஆவலுடன் எதிர்பார்க்கப்படுகிற பேச்சாளர்கள் மேடையில் அமர்ந்திருக்கும்போது, அவர்களை வைத்துக் கொண்டே அவர்களுக்கு முன்னால் சில பேச்சாளர்கள் தங்கள் பேச்சை நீட்டிக்கொண்டே போனால் மக்கள் பொறுமையிழந்து விடுவர்.

மறைந்த வேளாண்மைத்துறை அமைச்சர் ஏ.கோவிந்த சாமி அவர்கள், பதவிப் பொறுப்புக்கு வருவதற்கு முன்பு தென்னாற்காடு மாவட்டத்தில் தேவபாண்டலம் என்னும் ஊரில் ஒரு கூட்டம் ஏற்பாடு செய்து என்னை அழைத்துக் கொண்டு சென்றார். எங்களுடன் இன்னொரு பேச்சாளரும் அழைக்கப்பட்டிருந்தார். அந்தப் பேச்சாளர் இயக்கத்தில் நீண்டகாலத் தொடர்புடையவர். நாங்கள் மரியாதை செலுத்தக்கூடிய இடத்திலே இருந்தவர். ஆனால், பேச்சின் மூலம் மக்களை ஈர்க்கக்கூடிய ஆற்றல் பெற்றவர் அல்லர்!

பெருங்கூட்டம் வெள்ளமெனத் திரண்டிருந்தது. ஊரே விழாக் கோலம் கொண்டிருந்தது. திரு. கோவிந்தசாமி அவர்கள் சுருக்கமாகவும் சுவையாகவும் பேசி முடித்தார். அடுத்து, நான் முதலில் குறிப்பிட்டவர் பேச எழுந்தார். பேசினார் – பேசினார் - பேசிக்கொண்டே இருந்தார்.

கூட்டத்தினர் பொறுமையிழந்துவிட்டனர். எனக்குப் பேசுவதற்கு வாய்ப்பு அளிப்பாரோ, மாட்டாரோ என்ற சந்தேகம் மக்களுக்கு வந்துவிட்டது போலும், கூட்டத்தின் நடுப்பகுதியில் இருந்து முண்டாசு கட்டிய ஒருவர் எழுந்தார். கைகளைக் கூப்பியவாறு மேடையை நோக்கி உரத்த குரலில் பேசினார்.

"அய்யா! பெரியவங்களே! நாங்க பதினெட்டு மைலிலேயிருந்து அவரு பேச்சைக் கேக்கிறதுக்காக வந்திருக்கிறோம். கொஞ்சம் நீங்க உக்காருரீங்களா?"

அதைக் கேட்டு நான் அதிர்ச்சியடைந்தேன். கூட்டத்தினர் அந்த முண்டாசுக்காரரின் கோரிக்கையை வரவேற்றுக் கையொலி செய்தனர். பேசிக் கொண்டிருந்தவருக்குக் கோபம் வந்துவிட்டது.

"அப்படியாடா அப்பா! இதோ உட்காருகிறேன்!"

என்று சட்டென நாற்காலியில் அமர்ந்துவிட்டார். அத்துடன் விடவில்லை. அவர் என்னை நோக்கி, *"கருணாநிதி! நீ இந்தக் கூட்டத்திலே பேசக்கூடாது! ஒரே வரியிலே முடிச்சிடு! அப்பதான் இந்தப் பசங்களுக்கு புத்திவரும்"* என்று வற்புறுத்திச் சொன்னார்.

நான் பேச எழுந்தேன். என்னுடைய தொடக்க உரையில் சுமார் பதினைந்துநிமிடம் அவருடைய பெருமைகளைப் பற்றியே

பேசினேன். யாருடைய பெருமைகளை? அந்த முண்டாசுக்காரரால் உட்கார வைக்கப்பட்ட பேச்சாளரின் பெருமைளை! இவரைப் போன்றவர்கள் ஆற்றிய பணிகளால்தான் நாங்கள் எல்லாம் இன்றைக்கு உங்களுக்கு அறிமுகமாகியிருக்கிறோம் என்று உருக்கமாக உரை நிகழ்த்தினேன். அவர் முகத்தில் மகிழ்ச்சி ரேகைகள் ஒளிவிட்டதைக் கண்ட பிறகே, அவரை விட்டுவிட்டு அரசியல் கருத்துக்களைப் பேச ஆரம்பித்தேன். சுமார் ஒன்றரை மணி நேரம் பேசி முடித்தேன்.

ஒரு வரிக்கு மேல் பேசக்கூடாது என்று ஆணையிட்டவரே, "இன்று உன் பேச்சு பிரமாதம்" என்று என்னைப் பாராட்டினார்.

எனவே, தம்முடன் ஒரே மேடையில் பேசவருகின்ற தம்முடைய சகாக்களின் மனமும் நோகாமல் - அவர்களையும் அரவணைத்துக்கொண்டு - சொற்பொழிவை அமைத்துக் கொள்ளவேண்டிய பொறுப்பு ஓரளவு வளர்ந்துவிட்ட பேச்சாளர்களுக்குக் கட்டாயம் இருந்திட வேண்டும்.

18

(Mannerism) மேனரிசம் எனப்படும் தனிப் பாங்கு அல்லது தனிப்பாணி, பேச்சாளர்களையும் ஆக்ரமித்துக் கொள்வதுண்டு. பேசும்போது அவர்களையறியாமலேயே தனிப் பாங்கான அங்கச் செய்கைகள் - தவிர்க்கவொண்ணாத பழக்க வழக்கங்கள் தொடங்கி; பின்னர் அவைகளே அந்தப் பேச்சாளர்களுக்குரிய தனித்த தன்மைகளாக ஆகி விடுகின்றன.

சிலர் மேடையில் நின்று ஆடாமல் அசையாமல் அருவி போல் கருத்துக்களை உதிர்த்துக் கொண்டேயிருப்பார்கள்.

அறிஞர் அண்ணா அவர்கள் பேசும்போது, வலப்புறமும் இடப்புறமுமாக உடலைத் திருப்புவார். கைகள் லேசாக உயரும், தாழும்! பொடிபோடும் வழக்கம் அவருக்கு உண்டு. சட்டையின் பக்கவாட்டுப் பையில் ஒருகை நுழைந்திருக்கும். அவரது பேச்சின் சுவையில் திளைத்த மக்கள் கையொலி செய்து ஆரவாரம் புரியும்போது, சட்டைப் பையிலுள்ள பொடி டப்பாவிலிருக்கும் பொடியை யாருக்கும் தெரியாமல் மூக்கில் திணித்துக்கொண்டு மேல்துண்டினால் ஏதோ வியர்வை துடைப்பது போலத் துடைத்துக் கொண்டே தொடர்ந்து பேசிக்கொண்டேயிருப்பார்.

தந்தை பெரியார் அவர்கள், வயது முதிர்ந்த காலத் தில் உட்கார்ந்து கொண்டுதான் பேசுவார்! அவர் நின்று கொண்டு பேசிய காலத்தில் அவருடன் கூட்டங்களுக்குச் சென்றவர்களில் நானும் ஒருவன். சந்தனவண்ணம், அல் லது காப்பிக்கலர்,சில நேரங்களில் வெண்மையும் மஞ்சளும் கலந்தது - இப்படிப்பட்ட சால்வையால் உடலைப்போர்த்தி

யிருப்பார். பேசும்போது அந்தச் சால்வையை இழுத்து இழுத்துப் போர்த்திக் கொள்வார்.

நெடிய உருவமும் நிமிர்ந்த நோக்கும் கொண்ட தளபதி அழகிரிசாமி, போர்க்களத்தில் எதிரியின் மீது ஓங்கப்படும் வாளினைப் போலத் தன் கையை வீசி வீசிப் பேசுவதும் அதற்கேற்ப சொற்கள் விழுவதும் மக்களை உணர்ச்சியில் மிதக்க வைக்கும்.

சற்றுப் பெருத்த மேனியும், பெரிய மீசையும், உரத்த குரலும் கொண்ட ஜீவா அவர்கள் பேசும்போது மேடை அதிரும். அங்க நெளிவுகளில் மிகுந்த வேகம் இருக்கும். உடலை அதிகமாக ஆட்டிக்கொண்டு பேசும்போதுதான் அவருக்கு வார்த்தைகள் தங்கு தடையின்றி வந்து விழும்.

அடிக்கடி கழுத்தை ஒரு வெட்டு வெட்டிக்கொள்வதும், கொத்து மீசையை ஒதுக்கிவிட்டுக் கொள்வதும் சிலம்புச் செல்வர் ம.பொ. சி.யின் பேச்சு சூடு பிடித்து விட்டது என்பதைக் காட்டும் அடையாளங்களாகும்.

அருள்பாலிப்பதைப் போல கையை மக்கள் பக்கம் அடிக்கடி காட்டிக்கொண்டே, வாதத்தை வரிசைப் படுத்தி அடுக்கிக் காட்டும் திறமையை ராஜாஜி பெற்றிருந்தார்.

குதிகாலை உயர்த்தி, தோள்களைக் குலுக்கிக்கொண்டு கடல்மடை திறந்தாற்போல் பேசிக்கொண்டிருக்கும்போதே சில சொற்களைத் திடீரெனச் சன்னக் குரலில் இழுத்துப் பேசி மக்களின் வரவேற்பைப் பெறுவது நாவலர் நெடுஞ்செழியன் அவர்களின் தனிப் பாணியாகும்.

ஒலிபெருக்கியின் முன்னால் நின்றவுடன் தலையை நிமிர்த்தியவாறு - ஒருமுறைகூடத் தாழ்த்தாமல் - வான்

நோக்கிக் கைகளை உயர்த்தியவாறு சொல்மாரி பொழிவது பேராசிரியர் அன்பழகன் அவர்களிடம் காணக்கூடிய தனிப் பாங்கு எனலாம்.

இப்படி ஒவ்வொருவருக்கும் இயற்கையாக ஏற்பட்டுவிட்ட செயற்கைப் பாணிகளை அவர்களே முயன்றாலும் விடமுடியாத நிலை!

நாம் பேசும்போது ஏதாவது ஒரு அங்கச் செய்கை அல்லது அங்கசேட்டை இருக்க வேண்டுமென்று அப்படியொரு பயிற்சியை எடுத்துக்கொள்ளத் தேவையே இல்லை. சிலருக்கு அங்கச் சேட்டைகள், அவர்களது பேச்சையே மக்கள் கவனிக்காத அளவுக்கு இடையூறாக அமைந்து விடுவதும் உண்டு.

ஒலிபெருக்கியின் முன்னால் நின்று தலையைச் சொரிந்துகொண்டே பேசுவார்கள் - கையை முறுக்கிக் கொண்டே பேசுவார்கள். கழுத்திலோ, இடுப்பிலோ விரல்களை வைத்து அழுக்கைத் திரட்டிக்கொண்டே பேசுவார்கள். திரட்டிய அழுக்கை, உருண்டையாக உருட்டி மூக்கிலே முகர்ந்து பிறகு கீழே போடுவார்கள். இத்தனையும் பேசிக் கொண்டிருக்கும்போதே நடக்கும்.

இதுபோன்ற பாணிகளையோ, அங்கச் செய்கைகளையோ பேச்சாளர்கள், மறந்தும் கற்றுக்கொண்டுவிடக் கூடாது.

கூடுமானவரையில் மேடையில் அதிக ஆட்டமின்றி - அங்கச்சேட்டைகளை மட்டுப்படுத்திக்கொண்டு பேசுவதே நலம்.

வார்த்தைகளைக் குதப்புவது - கடித்துத் துப்புவது - இவை, கேட்போர் செவிகளில் நாராசமாக விழும்.

"போராட்டக்காரர்களைப் போலீசார் அடித்து விரட்டினார்கள்" என்பதைச் சில பேச்சாளர்கள் அழுத்தம் திருத்த மாகவும், ஆத்திர உணர்வோடும் சொல்வதாக எண்ணிக் கொண்டு - "போராட்டக்காரர்களைப் போலீசார் அடித்து விரட்டினார்கள்" என்று வார்த்தைகளைக் கடித்து உதறுவார்கள். அந்தப் பேச்சும் ரசிக்கத்தக்கதாக இருக்காது.

வேற்றுமொழிச் சொற்களையும் வேதபுராணங்களையும் பயன்படுத்தி உபன்யாசங்கள் செய்து வந்த மடாதிபதிகளின் மத்தியிலே நல்ல தமிழிலும், நயம்பட இலக்கியங்களிலும் மேற்கோள் காட்டி- காலத்திற்கும் சமயத்திற்கும் ஏற்ப மேடைப்பேச்சில் திறமை காட்டியவர்களில் குன்றக்குடி அடிகளார் ஒருவர்.

தமிழ்த்தென்றல் திரு.வி.க., நாட்டு விடுதலைப் போராட்டத்திற்கெனவும், இலக்கிய மறுமலர்சிக்கெனவும், தமிழர் உரிமைக்கெனவும் சமய நெறிகளைப் பரப்பிடவும், மேடை முழக்கம் செய்தபோது சில முக்கியமான சொற்களை மூன்று முறை அழுத்தம் திருத்தமாகக் கூறுவதை வழக்கமாகக் கொண்டிருந்தார்.

தமிழர் நெறி பரப்பிடும் தொண்டிலும் இந்தி ஆதிக்க எதிர்ப்பிலும் ஈடுபட்ட மறைமலை அடிகளார், தனது சொற்பொழிவில் தனித்தமிழ்ச் சொற்களையே பயன்படுத்துவார்.

அடலேறுத் தோற்றங்கொண்டவரும் இந்தி ஆதிக்க எதிர்ப்புப் போரில் அயராது ஈடுபட்டவருமான நாவலர் சோமசுந்தர பாரதியாரின் சொற்பொழிவில் அடிக்கடி "அட சனியனே" என்று கடிந்துகொள்ளும் வார்த்தை வந்து விழுந்து கொண்டேயிருக்கும்.

எத்தனையோ - எண்ணற்ற கூட்டங்களில் சொற் பெருக்காற்றியிருந்தும்கூட இன்னமும் கையில் சிறு குறிப்புகளை வரிசைப்படுத்தி எழுதி வைத்துக்கொண்டு அவற்றின் துணையோடு - மக்களைக் கவருகின்ற பேச்சாளராக முத்தமிழ்க் காவலர் கி.ஆ.பெ. விசுவநாதம் விளங்குகிறார்.

பார்வைக்குப் பரமசாது போலத் தோற்றபளித்த பசும்பொன் முத்துராமலிங்கத்தேவர், சீற்றங்கொண்டு பேசத் தொடங்கினால் சிம்ம கர்ச்சனையாகத்தானிருக்கும்.

சிறு சிறு குட்டிக்கதைகளைச் சொல்லியே மக்களைச் சிரிக்க வைப்பார் சின்ன அண்ணாமலை.

நல்ல எழுத்தாளராக இருந்து மறைந்த தமிழ்வாணனும் கூட்டத்தினரைத் தன்வயப்படுத்திக் கொள்ளும் திறமை படைத்தவர்.

அடிக்கடி கூட்டங்களில் பேசுகிற பழக்கமில்லாவிட்டாலும் எழுத்தாளர் ஜெயகாந்தனைப் போன்ற சிலர், தங்கள் பேச்சில் ஏதாவது ஒரு புதியவிஷயத்தைச் சொல்லிக் குழுமியிருப்போரிடையே ஒரு கலகலப்பை ஏற்படுத்தி விடுவர். தேர்ந்தெடுத்த தெளிந்த சொற்களைக் கொண்டு கருத்துக்களை வழங்கிய காயிதேமில்லத் அவர்களும், அவருடன் நெருங்கியிருந்து பயின்று தேனினுமினிய உரையாற்றும் அப்துல்சமது அவர்களும் சொற்பொழிவு மேடையில் புகழ் மிக்க இடத்தைப் பெற்றவர்கள்.

இப்படிப் பல துறையைச் சேர்ந்தவர்களும் எப்படிப் பேசினார்கள் எப்படிப் பேசுகிறார்கள் - என்பதைப்

பேச்சாளர்களாக ஒளிவிட வேண்டுமென்று
விரும்புகிறவர்கள், உன்னிப்பாகக் கவனிக்க வேண்டும்.

19

இப்போது வயது நாற்பத்தி ஆறு: தோற்றம் வயதைத் தெரிவிக்காது என்றாலும் நன்கு முதிர்ச்சி பெற்ற கருத்துக்களை மேடைகளில் வாரி வழங்கிக் கொண்டிருக்கிறார். சற்றுக் குனிந்து வளைந்த, ஆனால் யாருக்கும் வளையாத கொள்கைகளை அள்ளித் தருகிறார். கறுப்புச் சட்டை மேனியை அலங்கரிக்கின்றது. கையிலே சொற்பொழிவுக்கான குறிப்புகள். அருகேயுள்ள மேஜையிலே அன்றைய பேச்சுக்கான ஆதாரங்களை எடுத்துக் கூறுவதற்கு வாய்ப்பான பெரிய பெரிய புத்தகங்கள். "இங்கேதான் நீங்கள் முக்கியமாகக் கவனிக்க வேண்டும். அதுதான் முக்கியமானது; மிக முக்கியமானது" என்ற சொற்றொடர் அடிக்கடி பேச்சினிடையே வந்து கொண்டிருக்கிறது. மணிக்கணக்கில் பேசுகிறார். யார் இவர்?

வேறு யாருமல்ல: தனது பத்தாவது வயதிலேயே திராவிடர் இயக்க மேடைகளில் பேச ஆரம்பித்தவர் - இன்றைய திராவிடர் கழகப் பொதுச்செயலாளர் - விடுதலை நாளிதழின் ஆசிரியர் - வீரமணி அவர்களைத் தான் குறிப்பிடுகிறேன்.

பத்து வயது முதற்கொண்டே பெரியாருடன் பணிபுரிந்து கொண்டு - பள்ளியிலும் பயின்று - கல்லூரியிலும் பட்டம் பெற்று - திராவிடர் கழகத்தின் ஓய்வறியாத் தொண்டராகவும் விளங்கிய வீரமணி, இளந்தளிர்ப் பருவத்திலே மேடையிலே பேசுகிற வியப்புமிகு நிகழ்ச்சியைக் காணப் பெருங்கூட்டம் திரளும்.

பெரியாரின் தலைமையை ஏற்றுக் கொண்டோம் என்பது மட்டுமல்லாமல் - அவருடனேயே இருந்து - அவருடனேயே சுற்றுப்பயண நிகழ்ச்சிகளுக்குச் சென்று அவரது குடிஅரசு,

விடுதலை, பகுத்தறிவு ஏடுகளின் அலுவலகங்களில் பணிபுரிந்து - அவரது கொள்கைகளை எழுத்து வாயிலாகவும், பேச்சின் மூலமும் மக்களிடம் பரப்பிய பல தலைவர்கள் உண்டு.

அவர்கள், கால வேறுபாட்டால் பல இயக்கங்களுக்குச் சென்றிருக்கக் கூடும். ஆனாலும் அவர்கள் தலைவர்களாக, பேச்சாளர்களாக, எழுத்தாளர்களாக மதிக்கப்பட்ட தற்கும் - மதிக்கப்படுவதற்கும் - பெரியாரிடம் பெற்ற பயிற்சியே காரணம் என்பதை அவர்களும் மறந்ததில்லை! மறைத்ததுமில்லை!

அதைப்போலவே பெரியாரைத் தலைவராகக் கொண்ட பேரறிஞர் அண்ணாவின் தலைமையை ஏற்றுக்கொண்டது. மட்டுமல்ல; அவருடன் உரையாடி - அவருடன் நீண்ட சுற்றுப்பயணங்களில் கலந்துகொண்டு - அவரை பிரியாமல் இருந்தே பயிற்சி பெற்றுப் பல்வேறு ஆற்றல் பெற்றவர்களும் உண்டு!

பெரியார் - அண்ணா- இருவரிடமும் பயிற்சி பெறக் கூடிய வாய்ப்பு பெற்று அவர்கள் வகுத்த இலட்சியங்களுக் காகத் தங்களை ஒப்படைத்துக் கொண்டவர்களும் உண்டு! அவர்கள், தாங்கள் பெற்ற அந்த அரும் பேற்றுக்காகப் பெருமைப்படக் கூடியவர்கள்! அந்தக்குழுவினரில் எனக்கும் ஒரு இடம் இருந்தது என்று என்னைப்போல எண்ணி மகிழக்கூடியவர்கள் சிலர் இருக்கிறார்கள்.

மிக இளம் வயதிலே சிறுவர் சிறுமியர் மேடைகளில் பேசுவது இன்றைக்கு எல்லாக் கட்சிக்கூட்டங்களிலும்; ஏன், சமய நெறிக் கூட்டங்களில் கூடக் காணுகிற நிகழ்ச்சியாகி விட்டது.

ஆனால், பல சிறுவர், சிறுமியர் - ஏதோ தாங்கள் பெற்றோர் ஆசைக்காக -உற்றார் உறவினர் விருப்பத்திற்காக - அல்லது அந்தச் சிறுவர்களே அதை ஒரு "மேனியா" வாக எடுத்துக்கொண்டு, மேடைகளில் யாரையோ தாக்கியோ, புகழ்ந்தோ பேசிவிட்டு கைத்தட்டலைப் பெற்றுவிட எண்ணுகிறார்களே தவிர, தங்களுடைய கல்விப் பயிற்சியை வளர்த்துக் கொள்ளவும், தெளிவாகத் தெரிந்து கொள்ளவும் முனைந்திட வேண்டுமென்று அவாக் கொண்டிருப்பவர்களாகத் தெரியவில்லை.

அத்தகைய சிறுவர்கள், அல்லது சிறுமியர் நண்பர் வீரமணி எப்படித் தனது இளம் வயதில் இடைவிடாது உழைத்து - கல்வியில் அக்கறை காட்டி - தலைவரிடம் விசுவாசமாக இருந்து - அதேபோலக் கொள்கையிலும் உறுதியாக விளங்கிடுகிறார் என்பதையெல்லாம் எண்ணிப் பார்த்திட வேண்டும்.

பெரியாரின் அண்ணன் மகனார் தோழர் ஈ.வெ.கி. சம்பத், இளம்வயதிலேயே அண்ணாவுடன் நெருங்கிப் பழகி - "சொல்லின் செல்வர்" என்ற சிறப்புப் பெறுகிற அளவுக்குப் பேச்சாளராக விளங்கினார். கொள்கையில் நிலைத்த நெஞ்சமில்லாத காரணத்தால் அவரது அரிய ஆற்றலைத் தமிழகம் முழுமையாகப் பயன்படுத்திக்கொள்ள முடியவில்லை. இயற்கை, அவரை முழுவாழ்வு வாழவிடாமல் நம்மிடமிருந்து பறித்துக்கொண்டு விட்டது. திராவிடர் இயக்கம், தமிழ் தேசியக் கட்சி, காங்கிரஸ் என்று கட்சி மாற்றங்கள் அவருக்கு ஏற்பட்டபோதிலும் வீறுகொண்ட விரிவுரையாளராகத் திகழ்ந்தார்.

அவரை எதிர்த்துத் தி.மு.கழகச் சார்பில் 1962-ல் தென்சென்னையில் போட்டியிட்டு வெற்றி பெற்ற நாஞ்சிலார் என்னும் நாஞ்சில் கி. மனோகரன் அவர்கள், அவருக்கு ஈடுகொடுக்கும் சொல் வல்லாராகத் திகழ்ந்தவர் -இப்போது

மின்வெட்டுப் போன்ற மிடுக்கான பேச்சுக்கு எடுத்துக்காட்டாக இருக்கிற அவர், தனது இளம் பிராயத்திலேயே மேடைகளில் முழங்கிடத் தொடங்கியவர்தான்! மிக இளம் பருவம் எனக் கூறமுடியாவிட்டாலும் - கட்டிளம் காளையாக மேடையேறிக் கனல் தெறிக்கும் சொற்களால் மக்களைக் கவர்ந்து கடினமான விஷயங்களையும் பெரியார் பாணியில் மிக விரிவாக எடுத்துரைத்து "வாலிபப் பெரியார்" என்றே அழைக்கப்பட்ட வசீகரமிகு பேச்சழகர் ஏ.வி.பி. ஆசைத்தம்பி அவர்கள், மறைந்துவிட்டார் எனினும் அவரது எழுத்து, பேச்சு ஆகிய தொண்டுகளை மறந்திட இயலுமோ!

பெரியார், அண்ணா இருவரின் அணுக்கத் தொண்டராகவும், எனக்கு உறுதுணையாகவும் இருந்த என். வி. நடராசனார் கொள்கைப் பிடிப்புடன் அழுத்தம் திருத்தமாக அனல்பொழியுமாறு ஆயிரக்கணக்கான கூட்டங்களில் பேசி, மக்களின் அன்பைப் பெற்றவரன்றோ!

"பேசும் கலை வளர்ப்போம்" என்ற இந்தக் கட்டுரைத் தொடர் வாயிலாக, எளிய நடையில் பல இனிய நிகழ்ச்சிகளையும் - இதயத்தைத் தொடும் நிகழ்ச்சிகளையும் பல்வேறு துறைகளிலும் இயக்கத்திலும் உள்ள திறமைவாய்ந்த பேச்சாளர்களைப் பற்றியும் எப்படிப் பேசவேண்டும், பேசக்கூடாது என்பன போன்ற கருத்துக்களையும் - என்னால் இயன்ற அளவு எடுத்துக் கூறியிருக்கின்றேன். பேசும் கலையில் சிறந்து விளங்கிட விழைந்திடுவோர்க்கு இந்தக் கட்டுரைத் தொடரும் ஓரளவு பயன்படுமேயானால், நான் பெரிதும் மகிழ்ச்சி அடைவேன்.

(முற்றும்)

★★★

9 788199 624320